Saffran Skynjun Matreiðslubók

100 uppskriftir sem fagna arómatísku og framandi kryddinu

Þórdís Waage

EFNISYFIRLIT

Hvað er saffran?

Saffran er krydd sem er unnið úr blómi Crocus sativus, almennt þekktur sem "saffran crocus". Hinu skærrauða stimpli og stílum, sem kallast þræðir, er safnað og þurrkað til notkunar aðallega sem krydd- og litarefni í matvælum. Saffran inniheldur efni sem gætu breytt skapi, drepið krabbameinsfrumur, dregið úr bólgu og virkað eins og andoxunarefni.

Hver er ávinningurinn af saffran?

● **Andoxunarefni uppörvun-**Saffran, eins og margar aðrar jurtir og plöntur, er ríkt af andoxunarefnum. Þessi efni hjálpa til við að berjast gegn frumuskemmdum og geta komið í veg fyrir krabbamein eða aðra sjúkdóma. Rannsóknir hafa einnig sýnt að andoxunarefnin í saffran geta verið holl fyrir heilann og taugakerfið.

● **PMS léttir-**Fyrirtíðaheilkenni (PMS) getur valdið ýmsum einkennum, allt frá grindarverkjum til unglingabólur. Hjá mörgum hefur PMS áhrif á andlega heilsu þeirra, veldur kvíða, þunglyndi og skapsveiflum. Sumar litlar rannsóknarrannsóknir hafa komist að því að saffran gæti bætt PMS-tengt þunglyndi.

● **Þyngdartap aðstoð-**Það getur verið erfitt að léttast, sérstaklega þegar matarlystin virðist vera að vinna gegn þér. Ein rannsókn á hópi kvenna leiddi í ljós að það að taka saffran hjálpaði þeim að finna minna fyrir hungri og borða sjaldnar.

● **Krampameðferð-**Saffran er notað sem krampastillandi lyf í írönskum alþýðulækningum. Sumar rannsóknir á líffræðilegum líkönum sýna að það getur stytt sumar tegundir floga.

● **ED lækning-** Ristruflanir (ED), hæfnin til að viðhalda stinningu, hefur áhrif á milljónir. Og saffran gæti verið meðferð við ED, samkvæmt sumum rannsóknum.

● **Alzheimer sjúkdómsmeðferð-**Saffran gæti verið eins áhrifaríkt og lyfseðilsskyld lyf til að meðhöndla vægan til miðlungsmikinn Alzheimerssjúkdóm. Það er engin lækning við

Alzheimer, en rannsóknir benda til þess að saffran gæti hjálpað til við að hægja á framvindu þess og létta einkenni.

● **Þunglyndi meðferð**-Þunglyndi er geðsjúkdómur sem hefur áhrif á milljónir manna um allan heim. Meðferð getur falið í sér mismunandi gerðir af meðferð eða lyfjum. Sumar rannsóknir sýna að neysla saffrans gæti hjálpað til við þunglyndiseinkenni.

Hvernig á að nota saffran

Leggðu nokkra þræði í bleyti í heitu vatni til að búa til saffran te, eða blandaðu vökvanum í bragðmikla rétti fyrir bragðið. Þú getur líka keypt saffran hylki til að kyngja ef þér líkar ekki við bragðið.

Morgunmatur

1. Saffran og tómatar Shakshuka

Gerir: 6 skammta

HRÁEFNI:
- 1 matskeið ólífuolía
- ½ gulur laukur þunnt sneið
- 4 hvítlauksgeirar gróft saxaðir
- 1 pint kirsuberjatómatar skornir í tvennt
- 1 ½ matskeið tómatmauk
- ¼ tsk malað kúmen
- ¼ teskeið malað kóríander
- Klípa af saffranþræði 10-15 þræði alls
- 2-4 matskeiðar vatn
- 6 egg
- 4 grænir laukar saxaðir
- ¼ bolli kóríander saxað
- ¼ bolli fetaostur mulinn
- Kosher salt og nýmalaður svartur pipar

LEIÐBEININGAR:
☑ Hitið olíuna í stórri 10 tommu pönnu yfir miðlungsháum hita, bætið lauknum út í og steikið í 5 mín.

☑ Bætið hvítlauk, tómötum, tómatmauki og kryddi út í og kryddið með salti og pipar. Lokið og eldið í um 5 mínútur og hrærið hálfa leið. Takið lokið af og hrærið vatni út í.

☑ Gerðu eitt í einu smá holu í tómatsósunni og smelltu eggi út í, endurtakið með eggjunum sem eftir eru. Lækkið hitann í miðlungs og hyljið í 3-5 mín.

☑ Athugaðu eggin til að sjá hvort þau eru tilbúin að þínum smekk og skreytið síðan með grænum lauk, kóríander, fetaost og auka salti og pipar eftir þörfum. Berið fram strax.

2. Saffran crepes

Gerir: 12 átta tommu crepes

HRÁEFNI:

- 2 klípur saffran
- 2 egg
- ¾ bolli mjólk
- ½ bolli vatn
- ½ tsk salt
- 2 til 3 matskeiðar bráðið smjör eða létt ólífuolía
- 1 bolli óbleikt hveiti
- 3 til 4 basilíkublöð, fínt skorin

LEIÐBEININGAR:

☑ Hyljið saffranþræði með skeið af heitu vatni í lítilli skál. Setja til hliðar.

☑ Blandið eggjum, mjólk, ½ bolli af vatni, salti, smjöri og hveiti saman í blandara. Vinnið stuttlega og skafið niður hliðar. Vinnið í 10 sekúndur lengur. Hellið í stóra skál. Hrærið saffran og basilíku saman við.

☑ Látið hvíla, þakið, í 1 klukkustund eða lengur. Gerðu crepes í crepe pönnu eftir leiðbeiningum framleiðanda.

☑ Til að búa til deigið í höndunum skaltu hylja saffranþræði með skeið af heitu vatni í lítilli skál. Setja til hliðar.

☑ Þeytið egg létt í stórri skál. Hrærið mjólk, ½ bolla af vatni, salti, smjöri eða léttri ólífuolíu út í. Þeytið hveiti út í. Hrærið aðeins nógu mikið til að blanda innihaldsefnum: og sigtið.

☑ Hrærið saffran og basilíku saman við. Látið hvíla í 30 mínútur. Gerðu crepes á crepe pönnu.

☑ Staflaðu crepes til að halda hita eða undirbúið fyrirfram, pakkið inn í filmu og geymið í kæli. Hitið aftur, vafinn í álpappír, í ofni.

3. Haframjöl með saffran

Gerir: 2 skammta

HRÁEFNI:
- 1 msk saffranþræðir, skipt
- 2 matskeiðar heitt vatn
- 2 bollar rúllaðir hafrar glútenlausir, ef þarf
- 1 bolli + 1 msk ósykrað möndlumjólk, skipt
- 1 bolli vatn
- ½ tsk múskat
- ½ tsk kardimommuduft
- Hlynsíróp (valfrjálst)
- 2 tsk möndlur í sneiðum

LEIÐBEININGAR:
☑ Sameina saffranþræði með heitu vatni í skál eða bolla og láta það blandast inn. Pantaðu 1 matskeið.

☑ Blandið höfrum, 1 bolli möndlumjólk, vatni, múskati, kardimommudufti og saffranvatni saman í skál. Ef þú vilt skaltu bæta við hlynsírópi. Örbylgjuofn í 2-3 mínútur.

☑ Blandið saman með skeið og bætið við saffranþráðunum sem eftir eru, saffranvatninu, sem eftir er af möndlumjólkinni og sneiðum möndlum.

4. Kartöflu Saffran Frittata

Gerir: 4

HRÁEFNI:
- ½ meðalstór rauðlaukur, fínt saxaður
- 1 meðalstór rússuð kartöflu, smátt skorin
- 8 stór lífræn egg
- ⅓ bolli rifinn parmesanostur
- ⅛ teskeið saffran
- sjávarsalt og svartur pipar eftir smekk
- 4 matskeiðar extra virgin ólífuolía

LEIÐBEININGAR:
☑ Hitið olíuna á miðlungs pönnu við meðalhita í 1-2 mínútur. Saxið laukinn og kartöflurnar smátt og bætið svo á pönnuna og steikið á meðal-lágmarki í um 8 mínútur eða þar til laukurinn er orðinn hálfgagnsær og kartöflurnar mjúkar.

☑ Þeytið eggin með parmesan og saffran í meðalstórri skál og bætið svo á pönnuna. Eldið í um það bil 5 mínútur, hrærið stöðugt til að hræra. Takið eggin af pönnunni og setjið til hliðar í meðalstórri skál.

☑ Setjið pönnuna aftur í brennarann og bætið við 1-2 msk til viðbótar. af ólífuolíu. Hækkið hitann í miðlungs hátt og hitið olíuna í 1 mínútu.

☑ Setjið eggin aftur á pönnuna, myndið smjörbollu með spaða þegar þau eru elduð, hristið pönnuna varlega til að koma í veg fyrir að eggin festist og þrýstið niður til að tryggja að frittatan sé einsleit.

☑ Eldið í um það bil 2 mínútur og hyljið pönnuna með stórum flatum disk. Haltu í handfangið á steikarpönnunni og þrýstu niður miðju plötunnar með lófa hinnar hendinnar og snúðu svo frittatunni á plötuna.

☑ Renndu frittatunni aftur í pönnuna og steiktu í aðrar 2 mínútur á hinni hliðinni.

☑ Setjið til hliðar til að kólna í nokkrar mínútur og skerið síðan í hluta sem óskað er eftir.

5. Cornish saffran brauð

Gerir: 2 brauð

HRÁEFNI:
⅛ teskeið Saffran
¼ bolli sjóðandi vatn
⅓ bolli volgu vatni
2 tsk Sykur
1 matskeið ger
¾ bolli mjólk; brenndur
⅓ bolli stytting
½ bolli Sykur
1 tsk Salt
½ tsk möluð kardimonu
2 egg
½ bolli Rifsber
¼ bolli sítrónuhýði
2 tsk sítrónubörkur
5 bollar hveiti.

Bætið saffran út í sjóðandi vatn og látið bratta. Bætið geri við 2 tsk. sykur og vatn og haldið heitu til að vaxa. Blandið saman steikinni mjólk, matrétti, sykri, salti og kardimonu í blöndunarskálina. Kælið og bætið við saffran, geri og eggjum. Sláðu vel. Bætið við rifsberjum, sítrónu, sítrónubörk og helmingi hveitsins.

Sláðu vel. Bætið við nóg af hveitinu sem eftir er til að gera mjúkt deig.

Hnoðið þar til slétt og teygjanlegt. Látið hefast, skiptið svo í tvö brauð eða 2 tugi bollur og látið lyfta sér. Bakið við 375 F í 30 til 40 mínútur.

6. Túrmerik og saffranmjólk

Gerir; 1 skammtur

HRÁEFNI:
1 bolli mjólk
3 þræðir saffran
1/2 tsk túrmerikduft

LEIÐBEININGAR:
Láttu allt hráefnið sjóða saman. Látið sjóða við vægan hita í 1-2 mínútur
Tilbúið til framreiðslu. Bætið við hvítum möndlum fyrir hollari og næringarríkari drykk
Drekktu þetta einu sinni á dag fyrir heilbrigðari þig.

7. Saffran bollur

Gerir: 16 skammta

HRÁEFNI:
- ¼ bolli vatn - heitt
- ¼ tsk saffranþræðir - muldir
- ½ bolli 1% mjólk
- ¼ bolli sykur
- 2 matskeiðar smjörlíki, eftirlíking --
- 1½ tsk Salt
- 1 stórt egg
- 1 matskeið ger -- +2 tsk
- 3 bollar alhliða hveiti, óbleikt
- 1 stór eggjahvíta - þeytt létt
- 1 tsk Vatn
- Perlusykur

a) Blandið heitu vatni og saffran saman og látið standa í 10 mínútur til að mýkja saffranið. Þeytið saman saffranvatnið, mjólk, sykur, smjör, salt, egg, ger, 2 bolla af hveiti í blöndunarskál.

b) Bætið við nóg af hveitinu sem eftir er til að gera mjúkt deig. Hnoðið deigið og setjið það síðan til hliðar til að lyfta sér þar til það verður þykkt (en ekki endilega tvöfaldað í magni), um það bil 2 klukkustundir.

c) Kýlið deigið niður og látið það hvíla, þakið, í 10 mínútur. Skiptið deiginu í 16 bita og mótið hvern bita í kúlu.

d) Setjið kúlurnar nokkuð þétt saman (en snertið ekki) í 12 tommu djúpri pizzupönnu eða 9 x 13 tommu pönnu, hyljið þær og látið lyfta sér í 1½ klukkustund, eða þar til þær eru bólgnar.

e) Smyrjið bollurnar með blöndunni af þeyttri eggjahvítu og vatni og stráið þær síðan vel yfir perlusykri.

f) Bakið þær í forhituðum 375 gráður F ofni í 20 mínútur, eða þar til þær eru gullbrúnar.

g) Berið fram með smjöri eða Devon rjóma.

8. Saffran jógúrt

Gerir: 4 skammta

HRÁEFNI:
- 1 klípa Saffran þræðir
- 3 tsk sjóðandi vatn
- ½ pint grísk jógúrt; (300ml)
- 4 kardimommubelgur
- 6 tsk púðursykur

a) Leggið saffranið í bleyti í vatni í 30 mínútur. Blandið saffran og vatni saman við grísku jógúrtina.

b) Myljið kardimommufærin, fjarlægið fræin og malið með stöpli og mortéli eins fínt og hægt er. Hrærið út í jógúrtina með sykrinum.

c) Kælið vel og berið fram skreytt með sítrónuberki. Þessi jógúrt passar vel með fersku ávaxtasalati.

9. Saffran te

Gerir: 1 skammt

Hráefni
- 6 – 9 þræðir af Gozie Saffron
- Svart eða grænt te
- 2 bollar af vatni
- 1 teskeið af rósavatni
- Cardamon (valfrjálst)

Leiðbeiningar
a) Sjóðið vatn og hellið því í tepott.
b) Bætið saffran, svörtu eða grænu tei, rósavatni og kardimommum í tepott og látið það brugga í tíu mínútur.

10. Saffran Pistasíu íste

Gerir: 2

HRÁEFNI:
- 2 pokar af svörtu tei Assam te
- 2 bollar Heitt vatn
- 1 tsk rósakonur
- 2 tsk pistasíuhnetur hvítaðar og skornar í sneiðar
- 2 negull
- 1/2 tommu kanill
- 1 kardimommur
- 1 tsk sykur valfrjálst
- 1 klípa af Saffran Ströndum
- 6 ísmolar

LEIÐBEININGAR

a) Frystið matarglösin í 10 mínútur.

b) Bindið heilu kryddin og teið í múslíndúk.

c) Látið suðuna koma upp í vatnið. Bætið muslin klútnum út í sjóðandi vatnið.

d) Látið tepokana og kryddpokann standa í 5 mínútur.

e) Sigtið í skál. Bætið rósinni og auka sykri út í.

f) Blandið helmingnum af pistasíuhnetunum saman við og hrærið vel.

g) Hellið í frosnu glösin.

h) Setjið nokkra teninga í viðbót ef þarf. Toppið með afganginum af pistasíuhnetunum og saffraninu.

i) Berið fram kælt strax.

FORréttir og snarl

11. Hrísgrjónakúlur með saffran og örgrænu

Gerir: 6

HRÁEFNI:

- 1 bolli risotto hrísgrjón
- 1 hvítlaukur, smátt saxaður
- 1 hvítlauksgeiri, smátt saxaður
- 2 matskeiðar ólífuolía
- 1½ bolli hvítvín
- 1 lítra grænmetisbollu, hituð
- 1 klípa saffran
- salt og pipar, eftir smekk
- 1 bolli Parmigiano, fínt rifinn
- 1 bolli mozzarella, smátt saxaður
- 4 egg
- 1 bolli hveiti
- 1 bolli brauðrasp
- 1 lítra jurtaolía
- Kryddblandað örgrænt

LEIÐBEININGAR:

a) Hitið ólífuolíuna í potti eða wok, bætið síðan lauknum, hvítlauknum og hrísgrjónunum út í og eldið þar til laukurinn er orðinn gegnsær.

b) Skreytið með hvítvíni, hrærið stöðugt þar til vökvinn er alveg frásogaður og bætið svo sleif af grænmetisbollu, salti og pipar út í og bætið við saffran og parmigiana. Geymið í kæli í að minnsta kosti eina nótt.

c) Hnoðið kalt risotto, 3 egg og mozzarella saman í blöndunarskál með höndunum.

d) Brauðhráefni ætti að undirbúa í þremur skálum: hveiti í einni, 1 egg í annarri og brauðrasp í þeirri þriðju.

e) Notaðu risottoblönduna til að rúlla boltum á stærð við golfbolta í lófana. Eftir það er hjúpað með hveiti, síðan eggi og að lokum brauðrasp.

f) Hitið jurtaolíuna í heitum potti, eldið síðan nokkra arancini í einu þar til þeir eru brúnir og stökkir yfir allt.

g) Berið fram ofan á beði af litlum, laufgrænu grænmeti, heitt eða kalt.

12. Kryddaður vetrargull

Gerir: 4-6

HRÁEFNI:
- 1 rauðlaukur; skrældar sneiðar
- 1 græn paprika; sáð og skorið
- 1 rauð eða gul paprika; sáð og skorið
- 1 rófa; skrældar og þunnt
- 2 bollar Blómkálsblóm
- 2 bollar Spergilkál
- 1 bolli Baby gulrætur; snyrt
- ½ bolli radísur í þunnar sneiðar
- 2 matskeiðar Salt
- 1½ bolli Ólífuolía
- 1 gulur laukur; skrældar og fínt; hakkað
- ⅛ teskeið saffranþræðir
- Klípa túrmerik, malað kúmen, svartur pipar, paprika, cayenne, salt

LEIÐBEININGAR:
a) Setjið tilbúna grænmetið í stóra skál, stráið 2 matskeiðum af salti yfir og bætið við köldu vatni.
b) Daginn eftir, skolaðu grænmetið af og skolaðu það. Undirbúið marineringuna með því að sjóða laukinn, kryddið og saltið í ólífuolíu í 10 mínútur.
c) Dreifið grænmetinu í 9 x 13 tommu fat. Hellið heitri marineringunni yfir þær.
d) Færið í skrautskál til að bera fram, annað hvort kalt eða við stofuhita.

13. Kjúklingur Kabobs

Gerir: 4-6

HRÁEFNI:

- Safi úr 2 sítrónum
- 2 meðalstórir laukar
- 2 matskeiðar smjör
- Salt og pipar eftir smekk
- 1 matskeið jurtaolía
- Klípa af saffran (valfrjálst)
- 20 kjúklingalæri, beinlaus

LEIÐBEININGAR:

a) Þvoið og fletjið kjúklingabitana og þurrkið þá á eldhúsþurrku. Skoraðu varlega á flassið til að leyfa marineringunni að komast dýpra.

b) Afhýðið og rífið laukinn. Kreistið eins mikið af safanum út og hægt er og fargið.

c) Notaðu staup og mortéli til að mala saffranið með ½ teskeið af strásykri í duft.

d) Flyttu saffraninu yfir í bolla og bættu ¼ bolla af sjóðandi vatni við. Hyljið bollann með undirskál og látið hann liggja á annarri hliðinni.

e) MARINADE

f) Setjið kjúklingabitana í grunna skál og hellið rifnum lauk yfir þá. Bætið einni matskeið af sítrónusafa, jurtaolíu og salti og pipar eftir smekk.

g) Blandið saman til að tryggja að kjúklingabitarnir séu vel þaknir með marineringunni. Hyljið fatið með filmu og látið standa í að minnsta kosti nokkrar klukkustundir.

ELDA

h) Hitið grill þar til það er eins heitt og hægt er.

i) Settu fimm kjúklingabita úr marineringunni á flatan málmspjót. Endurtaktu þar til allir bitarnir eru uppurnir.

j) Bræðið smjörið og haltu því til hliðar. Setjið teinarnir á grillið og penslið þá með smjöri og sítrónusafa. Ef þú ert að nota saffran skaltu pensla nokkra teini með saffran og aðra með sítrónusafa.

k) Snúið til að tryggja að báðar hliðar séu vel grillaðar. Berið fram á beði af venjulegum hrísgrjónum eða bita af fersku brauði.

14. Pholourie

Gerir: 4-6

HRÁEFNI:
- ½ pund klofnar baunir
- 1 geiri fínt saxaður hvítlaukur
- ½ tsk saffranduft
- ⅛ teskeið matarsódi
- 1 tsk lyftiduft
- 1 matskeið hveiti
- 1 tsk salt
- Safi úr ½ af litlum lime
- Tveir bollar af olíu eða eftir þörfum fyrir djúpsteikingu

LEIÐBEININGAR:
a) Þvoið klofnar baunirnar og látið þær liggja í bleyti yfir nótt.
b) Tæmið baunirnar og malið þær þannig að þær verði sléttar. Bætið öllum hinum hráefnunum saman við, blandið vel saman og látið standa í klukkutíma, bætið við smá vatni ef blandan verður of þurr. Þeytið svo aftur þar til það er orðið létt og loftkennt.
c) Hitið olíuna í djúpsteikingarpotti. Slepptu blöndunni með teskeið í heitu olíuna. Steikið þar til hún er gullinbrún eða þar til pólúrían flýtur á toppinn.
d) Tæmið og berið fram strax með tamarind eða mangó chutney.
e) Gerir: um tvo tugi, fer eftir stærð.

15. Arancini með steiktu leiðsögn og gorgonzola

Gerir: 12 Arancini

HRÁEFNI:
- klípa af saffranþráðum
- 450 g squash, skorið í 2 cm teninga
- 3 matskeiðar ólífuolía
- 50 g smjör
- 1 stór laukur, smátt saxaður
- 2 hvítlauksrif, mulin
- 350 g carnaroli risotto hrísgrjón

- 250ml hvítvín, eða meira soð (sjá hér að neðan) ef þú vilt frekar 750ml kjúklinga- eða grænmetiskraft 90g nýrifinn parmesan
- 60 g gorgonzola, skorið í tólf 1 cm teninga
- 100 g venjulegt hveiti
- 2 egg, létt þeytt
- 120 g panko brauðrasp
- salt og nýmalaður svartur pipar

LEIÐBEININGAR:

☑ Hitið ofninn í 200°C/180°C Blæðju/gasmerki 6. Leggið saffranþræðina í bleyti í 1 matskeið af sjóðandi vatni.

☑ Setjið kartöflur í eldfast mót með 2 msk ólífuolíu, kryddið létt og látið malla í 20–25 mínútur þar til þær eru mjúkar.

☑ Setjið olíuna sem eftir er og helminginn af smjörinu á pönnu með þykkri grunni og setjið á meðalhita. Þegar smjörið bráðnar, hellið lauknum út í, lækkið hitann í eins lágan og mögulegt er og leyfið að elda varlega í um 20 mínútur, þar til hann er mjúkur en ekki litaður.

☑ Hækkið hitann í miðlungs, hrærið hvítlauknum í gegnum og steikið í aðeins eina mínútu áður en hrísgrjónunum er bætt út í.

☑ Hrærið í nokkrar mínútur þar til kornin byrja að verða hálfgagnsær, hellið síðan víninu út í, ef það er notað, eða aukakrafti.

☑ Hrærið oft við meðalhita þar til vökvinn er næstum frásogaður, hellið síðan um þriðjungi af soðinu út í ásamt saffranvatninu og haltu áfram að elda og hræra í um það bil 5–8 mínútur þar til vökvinn er næstum frásogaður. Bætið öðrum þriðjungi af soðinu út í og endurtakið, bætið svo afganginum út í, hrærið reglulega þar til það hefur tekið í sig og hrísgrjónin eru rétt mjúk.

☑ Slökkvið á hitanum og hrærið restinni af smjörinu og parmesan saman við. Kryddið eftir smekk með salti og pipar og látið kólna – að dreifa því á bakka flýtir fyrir þessu verulega.

☑ Stappaðu ristuðu leiðsögnina gróflega á skurðbretti og skiptu því síðan í 12 jafna hluta. Fletjið hvern skammt út á disk, setjið síðan tening af gorgonzola í miðjuna, áður en hann er þakinn með því að draga upp leiðsögnina um hliðarnar.

☑ Setjið hveiti, egg og brauðrasp í aðskildar skálar.

☑ Hreinsaðu borðplötuna og settu upp framleiðslulínu: risottóið, síðan leiðréttafyllinguna, skálina með hveiti, skálinni með eggjum, skálinni með brauðmylsnu og að lokum hreinan disk til að setja fullunnið arancini á.

☑ Taktu rausnarlega matskeið af risotto, eða vigtaðu eldaða risotto og deila því með 12 til að þú fáir jafna skammta: það er aukavinna, en þess virði. Rúllaðu fyrsta risottostykkinu í kúlu í lófanum og þrýstu því þétt saman. Fletjið síðan kúluna út og bætið kúlu af kúlufyllingu í miðjuna, dragið upp hliðar risottosins til að umlykja það alveg sem kúlu. Slepptu boltanum í hveitiskálina og rúllaðu henni varlega þar til hún er húðuð yfir allt.

☑ Færið það síðan yfir í skálina með egginu, veltið aftur þar til það er húðað, áður en það er loksins sleppt og velt í brauðraskálina. Setjið til hliðar á hreina diskinn og endurtakið fyrir hina 11 arancini.

☑ Hitið olíuna í djúpsteikingarpotti í 170°C/340°F. Steikið arancini í lotum af 3 eða 4 í um það bil 5 mínútur, þar til stökkt og gullið.

16. Steiktar saffran-parmesan stangir

Gerir: 1 skammt

HRÁEFNI:
- ½ tsk Þéttpakkaðir saffranþræðir
- ½ pund af góðum ungum parmesanosti
- 4 bollar sólblómaolía; til djúpsteikingar
- 1 eggjarauða
- 1½ bolli ísvatn
- 1½ bolli Sigtað hveiti plús, aukalega fyrir húðun

LEIÐBEININGAR:

☑ Hitið 1 bolla af vatni í lítinn pott. Bætið saffran út í og sjóðið í 2 mínútur. Látið kólna að stofuhita. Notaðu beittan hníf til að skera Parmigiano-Reggiano í þunnar sneiðar.

☑ Blandið osti saman við saffranvökva í lítilli skál og látið marinerast í 6 klst.

☑ Hitið olíu í 365 gráður í djúpsteikingu.

☑ Í skál þeytið eggjarauðu; bæta við vatni, hrærið létt til að blanda saman. Bætið 1½ bolla af hveiti í einu og hrærið varlega með gaffli eða chopstick þar til það er bara blandað saman.

☑ Hluti fyrir stykki, hjúpið ostastykki með auka hveiti; dýfðu bitunum vandlega í deigið og helltu svo fljótt út í heita olíu.

☑ Eldið í 2 til 3 mínútur, snúið öðru hverju, þar til það er gullið og stökkt. Notaðu skál til að ausa upp osti og tæma á pappírshandklæði. Haltu heitu á meðan þú steikir afganginn.

☑ Stráið salti yfir og berið fram strax.

17. Bouillabaisse bitar

Gerir: 24

HRÁEFNI:
- 24 miðlar rækjur, afhýddar og afvegaðar
- 24 miðlungs sjávar hörpuskel
- 2 bollar tómatsósa
- 1 dós Hakkað samloka (6-½ oz)
- 1 matskeið Pernod
- 20 millilítrar
- 1 lárviðarlauf
- 1 tsk Basil
- ½ tsk Salt
- ½ tsk Nýmalaður pipar
- Hvítlaukur, saxaður
- Saffran

LEIÐBEININGAR:

☑ Spjótið rækjur og hörpuskel á 8 tommu bambus teini, notið 1 rækju og 1 hörpuskel á teini; vefjið hala rækjunnar utan um hörpudiskinn.

☑ Blandið tómatsósu, samlokum, Pernod, hvítlauk, lárviðarlaufi, basil, salti, pipar og saffran saman í pott. Látið suðuna koma upp.

☑ Raðið spjótum fiski í grunnt eldfast mót.

☑ Dreypið sósu yfir teini. Bakið, án loks, við 350 gráður í 25 mínútur.

18. Hvítt súkkulaði saffran gelta

HRÁEFNI:

- 250 gr hvítt samsett súkkulaði
- 1 tsk þurrkuð rósablöð og mulin gróft
- 1/2 tsk saffranþræðir
- 2 msk blanda af blönduðum hnetum malaðar
- Klípið kardimommur, fennelfræ, múskat í duft
- 1/2 tsk hvít valmúafræ

LEIÐBEININGAR:

a) Notaðu tvöfalda suðuaðferðina. Saxið súkkulaðið og bræðið það við vægan hita á tvöföldum katli. Þú getur líka örbylgjuofn.

b) Taktu á meðan smjörpappír. Teiknaðu stóran ferning með blýanti

c) Snúðu pappírnum á hina hliðina, þú getur samt séð útlínurnar

d) Þegar súkkulaðið er tilbúið er hellt á pappírinn. Dreifið jafnt og passið að það sé ekki of þunnt. Ýttu til að gera það jafnt

e) Þegar það er búið, stráið hnetumblöndunni, kryddblöndunni, þurru rósablöðunum, saffraninu yfir

f) Læt þetta stilla. Þegar bara næstum gera merki gelta í ferninga.

g) Þegar þær eru alveg stífnar skaltu brjóta þær og raða í bakka að eigin vali eða geyma í loftþéttu formi

19. Rækjur í saffrankremi

Gerir: 1 skammt

HRÁEFNI:
1 kg rækjur í skurninni
Góð klípa af saffranþráðum
450 ml Tvöfalt krem
150 ml Venjuleg jógúrt; creme fraiche eða sýrður rjómi
Kervil; graslauk eða steinselju
Salt og pipar
1 tsk rifinn appelsínu- eða mandarínubörkur; (1 til 2)

LEIÐBEININGAR:
Flysjið rækjurnar og setjið til hliðar. Setjið skeljarnar í pott með um 300ml vatni. Sjóðið í 5-10 mínútur, sigtið og sjóðið til að minnka um helming.

Hellið saffraninu í 2 msk af skelfiskkraftinum. Þeytið rjómann þar til hann er stífur, blandið jógúrtinni og saffranvökvanum saman við og þeytið einu sinni enn. Hrærið kryddjurtum og rækjum út í og kryddið eftir smekk með salti, pipar og appelsínu.

Berið fram sem forrétt í "bolla" af salati eða sem forréttur í síkóríurlaufum.

AÐALRÉTTUR

20. Crockpot ólífu kjúklingur

Gerir: 4

HRÁEFNI:
- 2 matskeiðar börkur af sítrónu
- 2 laukar, sneiddir
- 3 hvítlauksrif, söxuð
- ¼ tsk saffranþræðir, muldir
- 4 kjúklingalæri
- 2 bollar kjúklingasoð
- ¼ bolli kóríanderlauf, saxað
- 1 matskeið sítrónusafi
- ¼ bolli steinseljublöð, saxuð
- 1 bolli ólífur, grófhreinsaðar og skornar í sneiðar
- Svartur pipar
- 2 matskeiðar ólífuolía
- ½ tsk malað engifer
- Salt

LEIÐBEININGAR:
a) Nuddaðu kjúklinginn með salti, pipar og sítrónusafa.
b) Brúnið kjúklinginn í heitri olíu í um það bil 4 mínútur á hlið.
c) Bætið við restinni af hráefnunum, nema kryddjurtunum, og eldið í 1 klst.
d) Bætið jurtunum út í og eldið í 10 mínútur í viðbót, án loks.

21. Kjúklingabringur í sinneps-jurtum

Gerir: 4

HRÁEFNI:
FYRIR Kjúklinginn:
- 2 stórar Roðlausar kjúklingabringur
- 2 hvítlauksrif
- Rósmarín
- 2 lárviðarlauf
- 25 g smjör
- Sjávarsalt og pipar

FYRIR SÓSUNA:
- 25 g smjör
- 1 lítill laukur
- 2 lítil hvítlauksrif
- 1 matskeið hveiti
- 50 ml hvítvín, þurrkara
- 250 ml kjúklingakraftur
- 5 saffranþræðir
- 200 ml rjómi
- Jurtir, blandaðar, að eigin vali
- 1 tsk sinnep
- Matarsterkju
- Sykur
- Sítrónusafi
- Salt og pipar
- 1 diskur Gouda, miðalda

LEIÐBEININGAR:

a) Forhitið Sous Vide baðið í 65°C.

b) Haldið kjúklingabringum eftir endilöngu þannig að tvær litlar kótilettur verða til. Saltið, piprið og setjið í sous vide poka. Afhýðið og skerið hvítlaukinn í sneiðar. Dreifið ásamt rósmaríni, lárviðarlaufum og smjöri á kjötið. Ryksugaðu allt og 30 mín. Eldið í vatnsbaði.

c) Bræðið smjörið og steikið fínt saxaðan laukinn og hvítlaukinn þar til hann verður gegnsær. Stráið hveitinu yfir og skreytið með hvítvíni og soði. Bætið við saffran og öllu í ca 15 mín. látið malla við vægan hita. Takið kjötið úr Sous Vide baðinu og pokanum og setjið í eldfast mót.

d) Bætið rjóma, kryddjurtum og sinnepi út í sósuna. Hellið soðinu úr pokanum í gegnum fína hársíu í sósuna, ef þarf, bindið hana með sterkju og kryddið með salti, pipar, sykri og sítrónusafa. Ef þú vilt geturðu bara bætt við kryddjurtunum í lokin og maukað sósuna stuttlega áður.

e) Hellið smá sósu yfir kjötið, það á ekki að vera alveg þakið og þakið hálfri ostasneið í ca 7 - 8 mín. elda á fullum hita.

f) Berið afganginn af sósunni fram aukalega.

22. Lax í saffran-bragðbætt karrý XE

Gerir: 4

HRÁEFNI:
- 4 matskeiðar jurtaolía
- 1 laukur, smátt saxaður
- teskeið engifer-hvítlauksmauk
- ½ tsk rautt chili duft
- ¼ tsk túrmerikduft
- teskeiðar kóríanderduft
- Borðsalt, eftir smekk
- 1 punds lax, úrbeinaður og
- teningur
- ½ bolli hrein jógúrt, þeytt
- 1 tsk Ristað saffran

LEIÐBEININGAR:
a) Hitið jurtaolíuna í nonstick pönnu.
b) Steikið laukinn í 4 mínútur, eða þar til hann er gegnsær.
c) Eldið í 1 mínútu eftir að engifer-hvítlauksmaukinu hefur verið bætt við.
d) Blandið rauðu chilidufti, túrmerik, kóríander og salti saman við.
e) Steikið laxinn í 4 mínútur.
f) Lækkið hitann í lágan og hrærið jógúrtinni saman við.
g) Látið malla þar til laxinn er fulleldaður.
h) Blandið saffraninu vandlega saman við.

23. Linguine og rækjuscampi

Gerir: 6

HRÁEFNI:
- 1 pakki linguine pasta
- ¼ bolli smjör
- 1 saxuð rauð paprika
- 5 söxuð hvítlauksrif
- 45 hráar stórar rækjur afhýddar og afvegaðar ½ bolli þurrt hvítvín ¼ bolli kjúklingasoð
- 2 matskeiðar sítrónusafi
- ¼ bolli af smjöri
- 1 tsk muldar rauðar piparflögur
- ½ tsk saffran
- ¼ bolli saxuð steinselja
- Salt eftir smekk

LEIÐBEININGAR:
a) Eldið pastað samkvæmt leiðbeiningum á pakkanum, sem ætti að taka um 10 mínútur.
b) Tæmdu vatnið og settu það til hliðar.
c) Bræðið smjörið í stórri pönnu.
d) Eldið papriku og hvítlauk á pönnu í 5 mínútur.
e) Bætið rækjunni út í og steikið áfram í 5 mínútur í viðbót.
f) Fjarlægðu rækjurnar á fat, en geymið hvítlaukinn og piparinn í pönnunni.
g) Látið suðuna koma upp hvítvíni, seyði og sítrónusafa.
h) Settu rækjuna aftur á pönnu með öðrum 14 bollum af betra.
i) Bætið rauðum piparflögum, saffran og steinselju saman við og smakkið til með salti.
j) Látið malla í 5 mínútur eftir að pastað er blandað saman við.

24. Rækjur a la Plancha yfir Saffran Allioli ristuðu brauði

Gerir: 4

HRÁEFNI:
ALLIOLI
- 1 Stór klípa af saffran
- 1 stór eggjarauða
- 1 hvítlauksgeiri, smátt saxaður
- 1 tsk kosher salt
- 1 bolli extra virgin ólífuolía, helst spænsk
- 2 tsk sítrónusafi, auk meira ef þarf

RÆKJA
- Fjórar ½ tommu þykkar sneiðar af sveitabrauði
- 2 matskeiðar vönduð extra virgin ólífuolía, helst spænsk
- 1½ pund júmbó
- 20 talna afhýddar rækjur
- Kosher salt
- 2 sítrónur helmingaðar
- 3 hvítlauksgeirar, smátt saxaðir
- 1 tsk nýmalaður svartur pipar
- 1 bolli þurrt sherry
- 2 matskeiðar grófsöxuð flatblaða steinselja

LEIÐBEININGAR:
a) Gerðu aioli: Ristaðu saffran í lítilli pönnu yfir miðlungshita þar til það er stökkt, 15 til 30 sekúndur.
b) Snúðu því út á lítinn disk og notaðu aftan á skeið til að mylja það. Bætið saffraninu, eggjarauðunum, hvítlauknum og salti í meðalstóra skál og þeytið kröftuglega þar til það hefur blandast vel saman.
c) Byrjið að bæta við ólífuolíunni nokkrum dropum í einu, þeytið vel á milli þess að bæta við, þar til aioliið byrjar að þykkna, hellið síðan olíunni sem eftir er ofan í blönduna í mjög hægum og jöfnum straumi, þeytið aioli þar til það er þykkt og rjómakennt.
d) Bætið sítrónusafanum út í, smakkið til og stillið með meiri sítrónusafa og salti eftir þörfum. Færið í litla skál, setjið plastfilmu yfir og kælið.

e) Gerðu ristað brauð: Stilltu ofngrind í efstu stöðu og grillið á hátt. Setjið brauðsneiðarnar á bökunarplötu og penslið báðar hliðar brauðsins með 1 matskeið af olíunni.

f) Ristið brauðið þar til það er gullbrúnt, um 45 sekúndur. Snúðu brauðinu við og ristaðu hina hliðina (fylgstu vel með grillinu, þar sem styrkleiki grillsins er mismunandi), í 30 til 45 sekúndur lengur. Takið brauðið úr ofninum og setjið hverja sneið á disk.

g) Settu rækjurnar í stóra skál. Notaðu skurðhníf til að gera grunna rifu niður bogadregið bakið á rækjunni, fjarlægðu æð (ef hún er til) og skildu skurnina eftir ósnortna. Hitið stóra, þykkbotna pönnu yfir miðlungsháum hita þar til næstum rjúkandi, 1½ til 2 mínútur.

h) Bætið 1 matskeiðinni sem eftir er af olíunni og rækjunum út í. Stráið góðri klípu af salti og safanum úr hálfri sítrónu yfir rækjuna og eldið þar til rækjan byrjar að krullast og brúnir skeljarnar eru að brúnast í 2 til 3 mínútur.

i) Notaðu töng til að snúa rækjunni við, stráið meira salti og safanum úr öðrum sítrónuhelmingi yfir og eldið þar til rækjurnar eru ljósbleikar, um 1 mínútu lengur. Búið til holu í miðjunni á pönnunni og hrærið hvítlauknum og svörtum pipar saman við; þegar hvítlaukurinn er ilmandi, eftir um það bil 30 sekúndur, bætið við sherryinu, látið sjóða og hrærið hvítlauks-sherríblöndunni út í rækjurnar.

j) Eldið, hrærið og skafið brúnu bitana af botninum á pönnunni í sósuna. Slökkvið á hitanum og kreistið safa úr öðrum sítrónuhelmingi út í. Skerið afganginn af sítrónu helmingnum í sneiðar.

k) Dreifið ofan á hverja brauðsneið með rausnarlegri skeið af saffran-aioli. Skiptið rækjunum á diskana og hellið smá sósu yfir hvern skammt. Stráið steinselju yfir og berið fram með sítrónubátum.

25. Bombay skötuselur

Gerir: 1

HRÁEFNI:
- 1 pund skötuselur, afhýddur
- Mjólk til að þekja
- ¼ pund rækja afhýdd
- 2 egg
- 3 matskeiðar tómatmauk ½ tsk karrýduft
- 2tsk sítrónusafi
- ¼ tsk ferskt rósmarín, saxað
- 1 klípa af saffran eða túrmerik ¾ bolli léttur rjómi
- Salt og pipar eftir smekk

LEIÐBEININGAR:
a) Forhitið ofninn í 350F. Setjið skötuselinn á pönnu sem er nógu stór til að halda honum. Hellið mjólkinni yfir og setjið pönnuna yfir meðalhita.

b) Látið suðuna koma upp, hyljið og eldið í 8 mínútur. Snúið fiskinum og eldið 7 mínútur lengur, eða þar til fiskurinn er eldaður í gegn.

c) Þegar skötuselinn er næstum því tilbúinn, bætið þá rækjunni út í og eldið í 2-3 mínútur, eða þar til þær verða bleikar.

d) Tæmið fisk og rækjur, fargið mjólkinni.

e) Skerið skötuselinn í hæfilega bita. Þeytið eggin með tómatmauki, karrýdufti, sítrónusafa, rósmaríni, saffran og ½ bolli af rjóma.

f) Blandið fiskinum og rækjunum saman við og kryddið eftir smekk með salti og pipar.

g) Breyttu í 4 staka ramekin-rétti og helltu jöfnu magni af rjómanum sem eftir er ofan á hvern rétt.

h) Bakið í 20 mínútur, eða þar til stíft. Berið fram heitt með kreistu af sítrónu og skorpuðu frönsku brauði.

26. Saffran Lax og Jasmine hrísgrjón

Gerir: 2

HRÁEFNI:
- 2 villtra laxaflök, beinlaus
- Salt og svartur pipar eftir smekk
- ½ bolli jasmín hrísgrjón
- 1 bolli kjúklingakraftur
- 1 msk smjör, brætt
- ¼ tsk saffran

LEIÐBEININGAR:
a) Bætið öllu hráefninu nema fiskinum á pönnu sem passar við loftsteikingarvélina þína; kasta vel.
b) Settu sársaukann í loftsteikingarvélina og eldaðu við 360 gráður F í 15 mínútur.
c) Bætið fiskinum við, hyljið og eldið við 360 gráður F í 12 mínútur í viðbót.
d) Skiptið öllu á milli diska og berið fram strax.

27. Saffran og hvítlauks túnfiskur

Gerir: 4 skammta

HRÁEFNI:
- ½ tsk saffranþræðir
- 1 matskeið Heitt vatn
- 1½ msk Ghee eða smjör
- 1 matskeið hvítlaukur, saxaður
- 1½ pund túnfiskflök, í teningum
- Steinselju eða kóríander greinar og sítrónubátar til að skreyta

LEIÐBEININGAR:
a) Blandið saman saffranþráðum og vatni í skál og látið liggja í bleyti í 10 mínútur.
b) Hitið smjör á lítilli pönnu yfir miðlungs lágan hita. Steikið hvítlaukinn þar til hann er gullinn.
c) Hellið smjörinu af í stóra skál, geymið hvítlauksbitana í pönnunni. Þegar smjörið hefur kólnað skaltu bæta við saffraninu, bleytivökvanum og salti eftir smekk.
d) Kasta fiskinum í þessari blöndu þar til hver hluti er vel húðaður. Setjið fiskinn í ofnform sem er klætt með álpappír.
e) Bakið þar til fiskurinn er aðeins ógagnsær í gegn, um það bil 12 til 15 mínútur við 350°. Hellið safanum úr ofnpönnunni í pönnuna með hvítlauknum.
f) Kveiktu á grillinu og steiktu fiskinn þar til toppurinn er léttbrúnn. Setjið fiskinn á heitt framreiðsludisk.
g) Minnkaðu sósuna með því að setja pönnu með vökvanum og hvítlauk yfir meðalháan hita. Eldið í nokkrar mínútur, hrærið oft.
h) Þegar vökvinn þykknar aðeins er honum hellt yfir fiskinn.
i) Stráið sítrónusafa yfir og skreytið með kóríander/steinselju og berið fram.

28. Baby geit kraumað með möndlum og saffran

Gerir: 4 skammta

HRÁEFNI:

- 1 matskeið Smjör
- ½ bolli heilar hvítaðar möndlur
- Örlátir klípa saffranþræðir
- 2 til 3 aura pancetta, í 2 þykkum sneiðum, í teningum
- 1 pund Baby geitakjöt, skorið af fótnum
- 1 Laukur, smátt saxaður
- 2 stór hvítlauksrif, söxuð
- 3 Þroskaðir tómatar, skrældir, fræhreinsaðir og saxaðir
- Salt og pipar
- ½ tsk Þurrkað timjan
- 1 lárviðarlauf
- 4 miðlungs rauðar kartöflur, skrældar og skornar í áttundu

LEIÐBEININGAR:

a) Hitið smjör á pönnu og steikið möndlur í henni þar til þær eru ljósbrúnar. Færið yfir í skál matvinnsluvélar, bætið saffran út í og vinnið þar til það er fínmalað. Setja til hliðar.

b) Á sömu pönnu, steikið pancettan þar til hún er létt soðin og færið yfir í þungan pott. Brúnið kjötið í 2 lotum og bætið við pancetta.

c) Steikið laukinn þar til hann er gullinn, bætið við smá smjöri ef þarf.

d) í kjötið og hrærið hvítlauk, tómötum, möndlu-saffranblöndu, timjani og lárviðarlaufi saman við. Kryddið eftir smekk með salti og pipar. Bætið bara nóg af vatni til að það hylji varla.

e) Látið suðuna koma upp, lækkið hitann og hyljið pönnuna að hluta. Látið malla í 1 klukkustund, eða þar til kjötið er næstum tilbúið.

f) Bætið kartöflum út í, ýtið þeim undir kjötið og eldið í 15 mínútur í viðbót, þar til þær eru mjúkar.

29. Nautaflök á grasker og saffran þeyta

Gerir: 1 skammt

HRÁEFNI:
- 200 grömm Nautaaugnaflök
- 200 grömm af skræ ldu graskeri
- 4 þræðir saffran; (4 til 5)
- 120 ml Nautakjöt
- 1 tsk Græn piparkorn
- Salt og pipar

LEIÐBEININGAR:
a) Til að gera grasker stökk, afhýða tætlur af grasker. Hitið olíu í 180°C. og djúpsteikið grasker þar til það er gullið stökkt. Setja til hliðar.
b) Skerið afganginn af graskerinu í bita og sjóðið í potti.
c) Á heitri pönnu innsiglið augnflökið á öllum hliðum. Setjið kjötið í ofninn í um það bil 20 mínútur við 200°C. fyrir meðalstóra steik. Ef pannan er ekki ofnheld, færðu þá kjötið yfir á bakka fyrir ofninn.
d) Þegar graskerið er orðið mjúkt, stappið það með saffran. Saltið og piprið eftir smekk.
e) Setjið maukið á disk og toppið síðan með nautakjötinu. Á sömu pönnu, bætið djúsinu og piparkornunum út í og lækkið aðeins.
f) Hellið yfir nautakjötið og skreytið með graskersbitum.

30. Saffran bakað lambalæri

Gerir: 6 skammta

HRÁEFNI:
- 1½ kíló lambalæri
- 1 tsk Saffran þræðir
- 450 ml Bolandi vatn
- 300 ml af náttúrulegri jógúrt
- 2 tsk Salt
- ½ tsk malaður svartur pipar
- 6 hvítlauksrif, pressuð
- 6 græn chili, saxaður
- 25 grömm smjör

LEIÐBEININGAR:
a) Bankaðu saffranið og blandaðu því saman við sjóðandi vatnið. Setja til hliðar. Skerið alla fituna af lambalærinu.
b) Blandið jógúrt, salti, pipar, hvítlauk og chili saman við fjórðung af saffraninu. Smyrjið þessari blöndu og smjörinu yfir allan lambalærið og pakkið því síðan inn í álpappír til að umlykja allan safann.
c) Bakið í mátulega heitum ofni (200c, 400F, gas 6) í 1 klukkustund.
d) Takið álpappírinn upp og hellið öðrum fjórðungi af saffraninu yfir kjötið.
e) Haltu áfram að elda í 15 mínútur til viðbótar, aftur vafinn inn í filmu. Opnaðu álpappírinn og bakaðu í síðustu 20 mínútur. Skömmu áður en það er borið fram skaltu hella afganginum af saffraninu yfir kjötið.

31. Kjúklingur, rækjur og chorizo paella

HRÁEFNI:

- ½ tsk saffranþræðir, muldir
- 2 matskeiðar ólífuolía
- 1 pund roðlaust, beinlaust kjúklingalæri, skorið í 2 tommu bita
- 4 aura soðin, reykt spænsk chorizopylsa, skorin í sneiðar
- 1 meðalstór laukur, saxaður
- 4 hvítlauksgeirar, saxaðir
- 1 bolli gróft rifnir tómatar
- 1 msk reykt sæt paprika
- 6 bollar natríumsnautt kjúklingasoð
- 2 bollar stuttkorna spænsk hrísgrjón, eins og bomba, Calasparra eða Valencia
- 12 stórar rækjur, afhýddar og afvegaðar
- 8 aura frosnar baunir, þiðnar
- Hakkaðar grænar ólífur (valfrjálst)
- Hakkað ítölsk steinselja

LEIÐBEININGAR:

a) Í lítilli skál sameinaðu saffran og 1/4 bolli heitt vatn; látið standa í 10 mínútur.

b) Á meðan, í 15 tommu paella pönnu hita olíu yfir miðlungs-háan hita. Bætið kjúklingi á pönnuna. Eldið, snúið öðru hverju, þar til kjúklingurinn er brúnn, um það bil 5 mínútur. Bæta við chorizo. Eldið 1 mínútu í viðbót. Færið allt á disk. Bætið lauk og hvítlauk á pönnuna. Eldið og hrærið í 2 mínútur. Bætið tómötum og papriku út í. Eldið og hrærið í 5 mínútur í viðbót eða þar til tómatarnir eru þykkir og næstum eins og mauk.

c) Setjið kjúklinginn og chorizo aftur á pönnuna. Bætið við kjúklingasoði, saffranblöndu og 1/2 teskeið salti; látið suðuna koma upp við háan hita. Bætið hrísgrjónum á pönnuna, hrærið einu sinni til að dreifa þeim jafnt. Eldið, án þess að hræra, þar til hrísgrjón hafa gleypt mestan hluta vökvans, um 12 mínútur. (Ef pannan þín er stærri en brennarinn skaltu snúa á nokkurra mínútna fresti til að tryggja að hrísgrjónin eldast jafnt.) Lækkið hitann í lágmark. Eldið, án þess að hræra í, 5 til 10 mínútur í viðbót þar til allur vökvinn hefur frásogast og hrísgrjón eru al dente. Toppið með rækjum og ertum. Snúðu hita í háan. Eldið án þess að hræra í, 1 til 2 mínútur í viðbót (kantarnir ættu að virðast þurrir og skorpa ætti að myndast á botninum). Fjarlægja. Hyljið pönnu með filmu. Látið hvíla 10 mínútur áður en borið er fram. Toppið með ólífum, ef vill, og steinselju.

32. Brún hrísgrjón risotto

Gerir: 4 skammta

HRÁEFNI:
- 1 matskeið extra virgin ólífuolía
- 2 hvítlauksgeirar, saxaðir
- 1 tómatur, saxaður
- 3 handfylli af barnaspínati
- 1 bolli sveppir, saxaðir
- 2 bollar spergilkál
- Salt og pipar, eftir smekk
- 2 bollar soðin brún hrísgrjón
- Klípa saffran

AÐ ÞJÓNA
- Rifinn parmesan
- Rauð chili flögur

LEIÐBEININGAR:
a) Hitið olíuna á pönnu yfir meðalhita.

b) Steikið hvítlaukinn þar til hann fer að verða gullinn.

c) Blandið tómötum, spínati, sveppum og spergilkáli saman við salti og pipar; eldið þar til grænmetið er mjúkt.

d) Hrærið hrísgrjónum og saffran út í, leyfið grænmetissafanum að renna inn í hrísgrjónin.

e) Berið fram heitt eða kalt, með parmesan og rauðum piparflögum.

33. Ólífu kjúklingur

Gerir: 4

HRÁEFNI:
- 4 kjúklingalæri
- 1 matskeið sítrónusafi
- 2 matskeiðar ólífuolía
- 2 laukar, þunnar sneiðar
- 2 matskeiðar sítrónubörkur, rifinn
- 1 bolli ólífur, grófhreinsaðar og skornar í sneiðar
- 3 hvítlauksrif, mulin
- ½ tsk malað engifer
- ¼ tsk saffranþræðir, muldir
- 1½ bolli af kjúklingasoði
- ¼ bolli fersk steinseljublöð, saxuð
- ¼ bolli fersk kóríanderlauf, saxuð
- Salt
- Malaður svartur pipar

LEIÐBEININGAR:

a)   Dreypið sítrónusafa yfir kjúklinginn og stráið salti og svörtum pipar yfir.

b)   Hitið olíuna yfir háum hita í stórum hollenskum ofni og steikið kjúklingalærin í um það bil 4 til 6 mínútur á hvorri hlið.

c)   Hitið restina að suðu, að kryddjurtunum undanskildum.

d)   Lækkið niður í miðlungs lágan hita og eldið í um 1 klukkustund og 15 mínútur.

e)   Hrærið kryddjurtunum saman við og látið malla í 15 mínútur í viðbót.

f)   Berið fram strax.

34. Saffran kjúklingaflatbrauð með myntujógúrt

Gerir: 2

HRÁEFNI:
- Klípa af saffran
- 1 matskeið sjóðandi vatn
- 500 g beinlaus, roðlaus kjúklingalæri
- 2 hvítlauksrif, afhýdd og mulin
- 1 tsk timjanblöð
- Börkur af 1 sítrónu
- 4 matskeiðar grísk jógúrt
- 1 rauðlaukur, afhýddur og skorinn í 8 báta
- 2 flatkökur
- 2 stórar handfyllingar af blönduðum salatlaufum
- 140 g kirsuberjatómatar, helmingaðir
- 2 matskeiðar stökkur steiktur laukur (fæst í matvöruverslunum), til að bera fram (valfrjálst)
- Fyrir myntujógúrtina
- 150 g grísk jógúrt
- Lítil handfylli af myntulaufum, smátt skorin
- Sítrónusafi, eftir smekk

LEIÐBEININGAR:

a) Leggið 4 bambusspjót í vatni í að minnsta kosti 30 mínútur. Forhitið ofninn í 240°C/220°C blástur/gas 9.

b) Notaðu stöpul og mortéli, malaðu saffran í duft, hyldu síðan með sjóðandi vatni og láttu standa.

c) Skerið kjúklinginn í 5 cm bita og setjið í skál með hvítlauk, timjan, sítrónubörk og jógúrt. Kryddið með salti og pipar, bætið saffranvatninu út í og blandið vel saman.

d) Þræðið kjúklingabitana á teinin og skiptið á rauðlauknum. Sett á eldfast mót og sett á háa hillu í ofni í 12 mínútur.

e) Á meðan skaltu búa til myntujógúrtina. Blandið jógúrtinni saman við myntuna, bætið sítrónusafa út í eftir smekk og kryddið með smá salti og pipar. Setjið til hliðar þar til þarf.

f) Setjið flatkökur á bökunarplötu og setjið neðst í ofninn til að hitna í nokkrar mínútur.

g) Forhitið grillið. Þegar kjúklingurinn hefur soðið í 12 mínútur skaltu setja hann undir grillið og elda í 3–4 mínútur í viðbót þar til hann er gullinbrúnn og eldaður í gegn.

h) Setjið flatkökur á diska og dreifið smá af myntujógúrtinni niður í miðjuna. Bætið handfylli af salatblöðunum við hvert og skiptið tómötunum á milli þeirra. Setjið soðnu teina ofan á og stráið steiktum lauk yfir til að bera fram.

35. Sítrónu- og erta Tendril Risotto

Gerir: 6 skammta

HRÁEFNI:
- 3 hvítlauksrif
- 2 aura Pea Tendrils
- 1 sítrónu
- 1 rauð paprika
- 1 gulur laukur
- 1 bolli Bomba hrísgrjón
- 3 matskeiðar Grænmetis Demi-Glace
- 1 klípa saffran
- ⅓ bolli rifinn parmesan ostur
- 2 matskeiðar Smjör
- ¼ bolli ertusotur Microgreens

LEIÐBEININGAR:
- ☑ Hitið 2 matskeiðar ólífuolíu í potti við meðalhita þar til hún er heit. Bætið hvítlauknum og lauknum út í.
- ☑ Bætið við hægelduðum pipar og kryddið með salti og pipar.
- ☑ Eldið í 3 til 5 mínútur, hrærið oft, eða þar til það er mjúkt og arómatískt.
- ☑ Í potti, blandaðu saman og sjóðaðu grænmetið demi-glace, saffran, sítrónubörkur, 1 sítrónubátasafa og vatn.
- ☑ Þegar vatnið sýður, bætið við risotto og eldið í 14 til 16 mínútur, hrærið reglulega.
- ☑ Fjarlægðu risotto af pönnunni og blandaðu parmesanosti, söxuðum ertunum og smjörinu út í; kryddið með salti og pipar eftir smekk.
- ☑ Hrærið þar til allt hefur blandast alveg saman.
- ☑ Kastaðu heilu ertunum í skál með safanum úr 1 sítrónusneið og 1 tsk af ólífuolíu rétt áður en það er borið fram.
- ☑ Skreytið með 2 sítrónubátum sem eftir eru og örgrænu.

36. Brún hrísgrjónasveppa risotto

Gerir: 4 skammta

HRÁEFNI:

- 1 matskeið extra virgin ólífuolía
- 2 hvítlauksgeirar, saxaðir
- 1 tómatur, saxaður
- 3 handfylli af barnaspínati
- 1 bolli sveppir, saxaðir
- 2 bollar spergilkál
- Salt og pipar, eftir smekk
- 2 bollar soðin brún hrísgrjón
- Klípa saffran

AÐ ÞJÓNA

- Rifinn parmesan
- Rauð chili flögur

LEIÐBEININGAR:

☑ Hitið olíuna á pönnu yfir meðalhita.

☑ Steikið hvítlaukinn þar til hann fer að verða gullinn.

☑ Blandið tómötum, spínati, sveppum og spergilkáli saman við salti og pipar; eldið þar til grænmetið er mjúkt.

☑ Hrærið hrísgrjónum og saffran út í, leyfið grænmetissafanum að renna inn í hrísgrjónin.

☑ Berið fram heitt eða kalt, með parmesan og rauðum piparflögum.

37. Grænmetis Paella

Gerir: 4 skammta

HRÁEFNI:
- 2 matskeiðar ólífuolía
- 2 meðalstórar gulrætur, skornar í ¼ tommu sneiðar
- 1 sellerí rif, skorið í ¼ tommu sneiðar
- 1 meðalstór gulur laukur, saxaður
- 1 meðalstór rauð paprika, skorin í ½ tommu teninga
- 3 hvítlauksgeirar, saxaðir
- 8 aura grænar baunir, snyrtar og skornar í 1 tommu bita
- 1½ bollar soðnar dökkrauðar nýrnabaunir
- 14,5 aura dós af hægelduðum tómötum, tæmd
- 2½ bollar grænmetissoð, heimabakað
- ½ tsk þurrkuð marjoram
- ½ tsk mulin rauð paprika
- ½ tsk malað fennelfræ
- ¼ tsk saffran eða túrmerik
- ¾ bolli langkorna hrísgrjón
- 2 bollar ostrusvepplr, skolaðir létt og þurrkaðir
- 14 aura dós af þistilhjörtum, tæmd og skipt í fjórða

LEIÐBEININGAR:

☑ Hitið olíuna yfir miðlungshita í stórum potti. Bætið við gulrótum, sellerí, lauk, papriku og hvítlauk. Lokið og eldið í 10 mínútur.

☑ Bætið við grænum baunum, nýrnabaunum, tómötum, seyði, salti, oregano, muldum rauðum pipar, fennelfræi, saffran og hrísgrjónum. Lokið og látið malla í 30 mínútur.

☑ Hrærið sveppum og þistilhjörtum saman við. Smakkið til, stillið krydd, bætið við meira salti ef þarf. Lokið og látið malla í 15 mínútur lengur. Berið fram strax.

38. Blómkálsrisotto með saffran

Gerir: 1 skammt

HRÁEFNI:
- 4 aura af ósaltuðu smjöri
- 1¼ bolli fínt saxaður laukur
- 2¼ bolli Arborio hrísgrjón
- 1 tsk Saffran þræðir
- 9 bollar Létt, sjóðandi kjúklingasoð
- 4 bollar Lítil blómkálsblóm, hver á breidd eins og smámynd
- ¾ bolli Nýrifinn Parmigiano-Reggiano

LEIÐBEININGAR:

☑ Bræðið 2 aura af smjöri yfir miðlungs hita í stórum, þungum potti. Bætið söxuðum lauknum út í og steikið þar til laukurinn er mjúkur og gylltur, hrærið af og til - um það bil 7 mínútur. Bætið Arborio hrísgrjónunum út í. Hrærið vel til að hjúpa hrísgrjónin með smjörinu. Stráið saffranþræðinum yfir. Eldið í eina mínútu, hrærið.

☑ Snúðu hita í meðalháan. Bætið 2 bollum af kjúklingasoðinu út í (eða nóg til að hylja hrísgrjónin). Hrærið stöðugt. Þegar mest af soðinu hefur verið tekið í sig er blómkálinu bætt út í og hrært vel. Þegar allt sjóðandi seyði hefur verið frásogast, bætið við um það bil ½ bolla meira af sjóðandi seyði og hrærið þar til það hefur frásogast. Endurtaktu þessa aðferð þar til hrísgrjónin eru al dente. Þú þarft á bilinu 9 til 12 bolla af soði samtals.

☑ Hrærið afganginum af smjörinu út í hrísgrjónin ásamt nýrifnum Parmigiano-Reggiano. Stilltu áferðina með viðbótarsoði. Smakkið til með kryddi og berið fram heitt af stóru fati á heita diska.

39. Svartar baunir með saffran hrísgrjónum

Gerir: 8 skammta

HRÁEFNI:
- 2 bollar svartar baunir
- 4 bollar Vatn
- 1 laukur, helmingaður
- 3 lárviðarlauf
- 6 hvítlauksgeirar, heilir
- 2 bollar hrísgrjón
- ⅓ teskeið Saffran
- 6 tómatar, fræhreinsaðir og saxaðir
- 2 bollar Laukur, saxaður
- 6 matskeiðar Ólífuolía
- 2 matskeiðar Vínedik
- 1 tsk Malað kúmen
- ¼ tsk Cayenne pipar
- 4 matskeiðar fersk basil eða steinselja
- Svartur pipar

LEIÐBEININGAR:

☑ Skolaðu og flokkaðu baunirnar. Sett í stóran, þungan pott með loki. Lokið með 4 bollum af vatni. Látið suðuna koma upp, hyljið og takið af hitanum. Látið standa í 2 klst.

☑ Bætið helmingnum lauk, lárviðarlaufum og hvítlauk við baunirnar. Setjið yfir lágan hita og eldið, þakið, þar til baunir eru mjúkar; um 1-½ til 2 klst. Athugaðu vatnið og bætið við ef þarf á meðan eldað er.

☑ Fjarlægðu og fargaðu lauknum, lárviðarlaufunum og hvítlauksgeirunum. Haltu baunum heitum.

☑ Undirbúið skreytið um 1 klukkustund áður en það er borið fram. Setjið tómatana og laukinn í skál. Bætið við ólífuolíu, ediki, kúmeni, cayenne, steinselju eða basilíku og svörtum pipar eftir smekk. Kasta til að blanda saman.

☑ Látið 4 bolla af vatni sjóða í þungum potti með þéttu loki. Bætið við hrísgrjónum og saffranþráðum (ekki nota of mikið saffran). Hrærið vel saman, lokið á, minnkið hitann og látið malla í 20 mínútur eða þar til hrísgrjónin hafa gleypt allt vatnið.

☑ Til að bera fram skaltu setja hrísgrjónin, svörtu baunirnar og skreytið í aðskildar skálar. Gestir geta þjónað sjálfum sér með því að setja skammt af hrísgrjónum, toppað með baununum, og að lokum með skreytinu á diskana sína.

40. Saffran tagliatelle með vorgrænmeti

Gerir: 1 skammt

HRÁEFNI:
- Saffran stamens
- 280 grömm af venjulegu hveiti
- 1 tsk Salt
- 1 matskeið Extra virgin ólífuolía
- 1 egg
- 4 eggjarauður
- 30 grömm furukjarnar
- 3 greinar af fersku rósmaríni
- 180 grömm Lítil kúrbít
- 120 grömm af vorlauk
- 60 grömm Mange tout
- 1 matskeið Ólífuolía
- 300 ml Tvöfalt krem
- 120 grömm Litlar breiður baunir; skeljaðri þyngd
- 120 grömm af aspas
- Salt og malaður svartur pipar
- Ferskur graslaukur; hakkað
- Graslauksblóm og rósmarín til að skreyta

LEIÐBEININGAR:
☑ Undirbúið saffran tagliatelle. Setjið klípu af saffran stamens í litla skál og bætið við 3 msk sjóðandi vatni. Látið kólna, til að gefa lit og bragð.

☑ Sigtið í gegnum fínt sigti.

☑ Setjið hveiti og salt í matvinnsluvél og bætið olíu, eggi og eggjarauðu saman við. Ræstu mótorinn og bættu smám saman saffraninnrennsli í gegnum fóðurrörið. Hættu að vinna um leið og deigið heldur saman.

☑ Snúið deiginu á létt hveitistráða vinnuborð og hnoðið þar til það er glansandi og slétt. Vefjið inn í filmu eða plastfilmu og kælið í að minnsta kosti eina klukkustund.

☑ Skerið deigið í tvennt og rúllið hvern bita mjög þunnt. Skerið í um 60 cm langa ræmur. Þurrkaðu aðeins og skera síðan í tagliatelle.

Ef þú átt pastarúllu skaltu rúlla deiginu upp í stillingu 6 og skera það síðan í tagliatelle. Þurrkaðu ræmur á rúllandi pingar eða nýtt kústskaft.

☑ Útbúið vor grænmetissósu. Ristið furukjarna þar til þær eru gylltar undir heitu grilli eða á þungri, þurrri pönnu. Saxið rósmarín. Skerið kúrbít í sneiðar. Snyrtið vorlauk en látið hann vera heilan. Toppur og hala rjúpur. Látið suðu koma upp á stóra pönnu af söltu vatni og bætið við matskeið af ólífuolíu. Setjið rósmarín og rjóma á stóra pönnu. Látið suðuna koma upp og lækkið aðeins. Bætið breiðum baunum og aspasoddum út í og eldið í 30 sekúndur. Bæta við vorlauk, kúrbítshringjum og káli. Eldið í 30 sekúndur til viðbótar.

☑ Hrærið furukjarna saman við. Bætið tagliatelle í pönnu með sjóðandi vatni, sjóðið aftur og eldið í aðeins þrjátíu sekúndur. Tæmið, skolið og bætið við grænmeti og rjóma.

☑ Kryddið eftir smekk og hitið í gegn. Berið fram strax skreytt með söxuðum ferskum graslauk, graslauksblómum og rósmarínkvisti.

41. Saffrá hrísgrjónum með berberjum, pistasíuhnetum og blönduðum jurtum

Gerir: 6
HRÁEFNI:
2½ msk / 40 g ósaltað smjör
2 bollar / 360 g basmati hrísgrjón, skoluð undir köldu vatni og tæmd vel
2⅓ bollar / 560 ml sjóðandi vatn
1 tsk saffranþræðir, liggja í bleyti í 3 msk sjóðandi vatni í 30 mínútur
¼ bolli / 40 g þurrkuð berber, lögð í bleyti í nokkrar mínútur í sjóðandi vatni með klípu af sykri
1 oz / 30 g dill, gróft saxað
⅔ oz / 20 g kirtill, gróft saxaður
⅓ oz / 10 g estragon, gróft saxað
½ bolli / 60 g sneiðar eða muldar ósaltaðar pistasíuhnetur, létt ristaðar
salt og nýmalaður hvítur pipar
LEIÐBEININGAR:
Bræðið smjörið í meðalstórum potti og hrærið hrísgrjónunum saman við og passið að kornin séu vel húðuð í smjöri. Bætið við sjóðandi vatni, 1 tsk salti og smá hvítum pipar. Blandið vel saman, hyljið með þéttu loki og látið malla við mjög lágan hita í 15 mínútur. Ekki freistast til að afhjúpa pönnuna; þú þarft að leyfa hrísgrjónunum að gufa almennilega.
Taktu hrísgrjónapönnuna af hitanum - allt vatn mun hafa verið frásogast af hrísgrjónunum - og helltu saffranvatninu yfir aðra hlið hrísgrjónanna, þekur um fjórðung yfirborðsins og skildu meirihlutann eftir hvítur. Hyljið pönnuna strax með viskustykki og lokið aftur vel með lokinu. Setjið til hliðar í 5 til 10 mínútur.
Notaðu stóra skeið til að fjarlægja hvíta hlutann af hrísgrjónunum í stóra blöndunarskál og þeytið það upp með gaffli. Tæmdu berberin og hrærðu þeim út í, þar á eftir koma kryddjurtirnar og flestar pistasíuhneturnar og skildu eftir nokkrar til að skreyta. Blandið vel saman. Fluttu saffran hrísgrjónunum með gaffli og blandaðu þeim varlega saman við hvítu hrísgrjónin. Ekki blanda of mikið - þú vilt ekki að hvítu kornin verði lituð af gulu. Smakkið til og stillið kryddið. Færið hrísgrjónin yfir í grunna skál og dreifið afganginum af pistasíuhnetunum ofan á. Berið fram heitt eða við stofuhita.

42. Fava Bean Kuku

Gerir: 6

HRÁEFNI:
1 lb / 500 g fava baunir, ferskar eða frosnar
5 msk / 75 ml sjóðandi vatn
2 msk ofurfínn sykur
5 msk / 45 g þurrkuð berber
3 msk þungur rjómi
¼ tsk saffranþræðir
2 msk kalt vatn
5 msk ólífuolía
2 meðalstórir laukar, smátt saxaðir
4 hvítlauksrif, pressuð
7 stór lausagöngu egg
1 msk alhliða hveiti
½ tsk lyftiduft
1 bolli / 30 g dill, saxað
½ bolli / 15 g mynta, hakkað
salt og nýmalaður svartur pipar

LEIÐBEININGAR:

Forhitið ofninn í 350°F / 180°C. Settu fava baunirnar á pönnu með miklu sjóðandi vatni. Látið malla í 1 mínútu, tæmdu, hrærðu undir köldu vatni og settu til hliðar.

Hellið 5 msk / 75 ml sjóðandi vatni í meðalstóra skál, bætið sykrinum út í og hrærið til að það leysist upp. Þegar þetta síróp er orðið heitt, bætið berberjunum út í og látið þau standa í um það bil 10 mínútur og skolið síðan af.

Hitið rjómann, saffran og kalt vatn að suðu í litlum potti. Takið strax af hitanum og setjið til hliðar í 30 mínútur til að fylla.

Hitið 3 matskeiðar af ólífuolíunni yfir miðlungs hita í 10 tommu / 25 cm nonstick, ofnheldri pönnu sem þú ert með lok á. Bætið lauknum út í og eldið í um það bil 4 mínútur, hrærið af og til, bætið svo hvítlauknum út í og eldið og hrærið í 2 mínútur til viðbótar. Hrærið fava baununum saman við og setjið til hliðar.

Þeytið eggin vel í stórri blöndunarskál þar til þau eru froðukennd. Bætið hveiti, lyftidufti, saffranrjóma, kryddjurtum, 1½ tsk salti og ½ tsk pipar út í og þeytið vel. Hrærið loks berberjunum og fava baunum og laukblöndunni saman við.

Þurrkaðu pönnuna af, bætið afganginum af ólífuolíu út í og setjið í ofninn í 10 mínútur til að hita vel. Hellið eggjablöndunni á heita pönnuna, hyljið með loki og bakið í 15 mínútur. Takið lokið af og bakið í 20 til 25 mínútur í viðbót, þar til eggin eru rétt stíf. Takið úr ofninum og leyfið að hvíla í 5 mínútur áður en því er hvolft yfir á disk. Berið fram heitt eða við stofuhita.

43. Saffran hrísgrjón með berberjum, pistasíu og blönduðum jurtum

Gerir: 6

HRÁEFNI:
2½ msk / 40 g ósaltað smjör
2 bollar / 360 g basmati hrísgrjón, skoluð undir köldu vatni og tæmd vel
2⅓ bollar / 560 ml sjóðandi vatn
1 tsk saffranþræðir, liggja í bleyti í 3 msk sjóðandi vatni í 30 mínútur
¼ bolli / 40 g þurrkuð berber, lögð í bleyti í nokkrar mínútur í sjóðandi vatni með klípu af sykri
1 oz / 30 g dill, gróft saxað
⅔ oz / 20 g kirtill, gróft saxaður
⅓ oz / 10 g estragon, gróft saxað
½ bolli / 60 g sneiðar eða muldar ósaltaðar pistasíuhnetur, létt ristaðar
salt og nýmalaður hvítur pipar

LEIÐBEININGAR:

Bræðið smjörið í meðalstórum potti og hrærið hrísgrjónunum saman við og passið að kornin séu vel húðuð í smjöri. Bætið við sjóðandi vatni, 1 tsk salti og smá hvítum pipar. Blandið vel saman, hyljið með þéttu loki og látið malla við mjög lágan hita í 15 mínútur. Ekki freistast til að afhjúpa pönnuna; þú þarft að leyfa hrísgrjónunum að gufa almennilega.

Taktu hrísgrjónapönnuna af hitanum - allt vatn mun hafa verið frásogast af hrísgrjónunum - og helltu saffranvatninu yfir aðra hlið hrísgrjónanna, þekur um fjórðung yfirborðsins og skildu meirihlutann eftir hvítur. Hyljið pönnuna strax með viskustykki og lokið aftur vel með lokinu. Setjið til hliðar í 5 til 10 mínútur.

Notaðu stóra skeið til að fjarlægja hvíta hlutann af hrísgrjónunum í stóra blöndunarskál og þeytið það upp með gaffli. Tæmdu berberin og hrærðu þeim út í, þar á eftir koma kryddjurtirnar og flestar pistasíuhneturnar og skildu eftir nokkrar til að skreyta. Blandið vel saman. Fluttu saffran hrísgrjónunum með gaffli og blandaðu þeim varlega saman við hvítu hrísgrjónin. Ekki blanda of mikið - þú vilt ekki að hvítu kornin verði lituð af gulu. Smakkið til og stillið kryddið. Færið hrísgrjónin yfir í grunna skál og dreifið afganginum af pistasíuhnetunum ofan á. Berið fram heitt eða við stofuhita.

Gerir: 4

HRÁEFNI:

1 lb / 450 g Jerúsalem ætiþistlar, skrældar og skornar eftir endilöngu í 6 fleyga ⅔ tommu / 1,5 cm þykka

3 msk nýkreistur sítrónusafi

8 kjúklingalæri með skinni, með beinum, eða 1 meðalstór heill kjúklingur, skorinn í fjórða

12 bananar eða aðrir stórir skalottlaukar, helmingaðir langsum

12 stór hvítlauksrif, skorin í sneiðar

1 meðalstór sítróna, helminguð langsum og síðan mjög þunnar sneiðar

1 tsk saffranþræðir

3½ msk / 50 ml ólífuolía

¾ bolli / 150 ml kalt vatn

1¼ msk bleik piparkorn, létt mulin

¼ bolli / 10 g fersk timjanblöð

1 bolli / 40 g estragon lauf, saxað

2 tsk salt

½ tsk nýmalaður svartur pipar

LEIÐBEININGAR:

Setjið ætiþistlana í meðalstóran pott, hellið miklu vatni yfir og bætið helmingnum af sítrónusafanum út í. Látið suðuna koma upp, lækkið hitann og látið malla í 10 til 20 mínútur þar til mjúkt en ekki mjúkt. Tæmið og látið kólna.

Setjið ætiþistlana og allt hráefnið sem eftir er, fyrir utan afganginn af sítrónusafanum og helmingnum af estragoninu, í stóra blöndunarskál og notaðu hendurnar til að blanda öllu vel saman. Lokið og látið marinerast í ísskáp yfir nótt eða í að minnsta kosti 2 klst.

Forhitið ofninn í 475°F / 240°C. Raðið kjúklingabitunum, með skinnhliðinni upp, í miðju steikarpönnu og dreifið afganginum í kringum kjúklinginn. Steikið í 30 mínútur. Hyljið pönnuna með álpappír og eldið í 15 mínútur til viðbótar. Á þessum tímapunkti ætti kjúklingurinn að vera alveg eldaður. Takið úr ofninum og bætið við estragoninu og sítrónusafanum. Hrærið vel, smakkið til og bætið við meira salti ef þarf. Berið fram í einu.

45. Risotto-Stíl Tubetti með saffran

Gerir: 4

HRÁEFNI:
5 bollar kjúklingakraftur
¼ bolli extra virgin ólífuolía
1 bolli hakkaður gulur laukur (um 1 meðalstór laukur)
Kosher salt
2 bollar lítið tubetti pasta
½ tsk saffranþræðir
2 matskeiðar ósaltað smjör
¼ bolli nýrifinn Parmigiano-Reggiano ostur, auk meira til að skreyta

LEIÐBEININGAR:
1. Hitið soðið og svitið laukinn. Í potti, hitið kjúklingakraftinn að suðu á meðallagi. Slökktu á hitanum. Á meðan soðið er að krauma, hitaðu ólífuolíuna á miðlungs hátt í stórum potti með háum hliðum þar til það er heitt. Bætið lauknum út í og kryddið með 1 tsk salti. Eldið, hrærið af og til, í 3 til 4 mínútur, þar til það er mjúkt og hálfgagnsært en ekki brúnt.
2. Ristið pastað. Bætið pastanu út í og eldið, hrærið af og til, í 5 til 6 mínútur, þar til það er gullið. Bætið saffraninu út í og eldið, hrærið oft, í 30 til 45 sekúndur, þar til ilmandi.
3. Bætið soðinu út í. Bætið 1½ bolla af soðinu út í og eldið, hrærið oft, í 5 til 6 mínútur, þar til allur vökvinn hefur verið frásogaður. Endurtaktu með afganginum af soðinu, bætið við 1 til 1½ bolla í einu og hrærið þar til mestur vökvinn hefur frásogast fyrir hverja viðbót, í 15 til 20 mínútur samtals. Pastað ætti að vera al dente og smá vökvi verður eftir.
4. Kláraðu tubetti. Lækkið hitann í lágan og hrærið smjörinu saman við. Takið af hellunni og hrærið ¼ bolla ostinum saman við. Færið yfir í framreiðslu fat, toppið með meiri osti og berið fram.

46. Cascadia Fideua

Gerir: 4 skammta

HRÁEFNI:
- 3 bollar kjúklingakraftur, eða meira ef þarf
- 2 hvítlauksgeirar, saxaðir
- 1 klípa saffran
- 1 bolli pancetta beikon, skorið í teninga
- 2 matskeiðar ólífuolía, skipt
- ½ bolli niðurskornar gulrætur
- ½ bolli frosin þistilhjörtu, þíða
- ½ bolli ferskar grænar baunir
- 2 bollar sneiddur hvítlaukur
- 1 klípa salt og svartur pipar eftir smekk
- 2 bollar niðurskornir tómatar
- 1 (16 aura) pakki spaghettí, brotið í 2 tommu bita

LEIÐBEININGAR:

a) Blandið kjúklingakraftinum, hvítlauknum og saffran saman í pott. Hitið þar til það er heitt, en ekki of heitt til að setja fingurinn í. Lokið og haldið heitu við vægan hita svo saffran geti fyllst á meðan þú heldur áfram með uppskriftina.

b) Eldið og hrærið hægelduðum pancettu í steypujárnspönnu við miðlungshita þar til mest af fitunni hefur losnað úr og pancettan hefur eldað að því marki sem þú vilt, um það bil 10 mínútur. Þegar það er tilbúið skaltu fjarlægja pancetta og setja til hliðar.

c) Fleygðu fitunni og helltu 1 matskeið af ólífuolíu út í. Eldið og hrærið gulræturnar, þistilhjörtu og grænu baunirnar þar til grænmetið byrjar að mýkjast, takið síðan af pönnunni og setjið til hliðar. Hitið 1 matskeið af ólífuolíu sem eftir er á pönnu og hrærið lauknum saman við. Kryddið með salti og pipar og steikið þar til laukurinn hefur mýkst, um það bil 10 mínútur. Bætið tómötunum út í og eldið þar til tómat-lauksblandan er nánast deig, 15 til 20 mínútur.

d) Dreifið laukblöndunni jafnt yfir botninn á pönnunni og stráið brotnu spagettíbitunum jafnt yfir. Hellið nægu saffransoði út í til að hylja núðlurnar, raðið síðan pancettu og soðnu grænmeti yfir. Bætið við viðbótarsaffransoði eftir þörfum til að hylja grænmetið. Látið suðuna koma upp, lækkið síðan hitann í miðlungs-lágan og eldið þar til núðlurnar eru mjúkar, um það bil 15 mínútur.

47. Smurð saffran hrísgrjón

Gerir: 6 skammta

HRÁEFNI:
- 2 tsk saffran; lauf saffran
- 2 matskeiðar Mjólk; heitt salt
- 2 bollar hrísgrjón, basmati
- 4 matskeiðar Smjör

LEIÐBEININGAR:
a) Settu saffran í litla, þurra, heita pönnu yfir miðlungshita í um það bil 1 mínútu eða bara þar til ilmandi. Myljið í mjólk.

b) Fylltu stóran pott með um 13 bollum af vatni; saltið og látið suðuna koma upp.

c) Á meðan skaltu setja hrísgrjón í meðalstóra skál og hylja með köldu vatni.

d) Hellið hrísgrjónum strax í gegnum sigti. Þvoið og skolið tvisvar sinnum í viðbót.

e) Þegar vatn sýður, bætið við hrísgrjónum og hrærið einu sinni; látið suðuna koma upp. Eldið 5 mínútur; hrísgrjón ættu að vera örlítið hörð í miðjunni.

f) Tæmið í sigti og setjið í eldfast mót. Dreypið saffranmjólk yfir hrísgrjón, veltið nokkrum sinnum varlega yfir. Skiptu smjöri í fjóra bita; setjið yfir hrísgrjón.

g) Skerið stykki af álpappír 2 tommur stærri en brún fatsins; setja ofan á fat; settu lok á álpappír. Bakið í forhituðum 300F ofni í 40 til 50 mínútur, athugaðu eftir 40 mínútur til að sjá hvort hrísgrjón séu soðin.

h) Berið fram saffranlituð röndótt hrísgrjón með skeið á heitt fat.

48. Medallions af laxi með saffran sósu

Gerir: 6 skammta

HRÁEFNI:
600 grömm Tasmanskt laxflök, roð og bein fjarlægð
50 grömm af Eschalots smátt saxað
1 lítill hvítlauksgeiri smátt saxaður
60 grömm smjör
40 ml Vermouth
60 ml þurrt hvítvín
1 lítri heitt fisksoð
2 til 3 blaðlaukar
Örlátur klípa af saffranþráðum
90 ml rjómi
1 tsk sítrónusafi
2 matskeiðar fínt saxaður graslaukur
Laxahrogn

LEIÐBEININGAR:

Haldið laxaflakinu eftir endilöngu og setjið til hliðar. Skerið blaðlaukinn niður, fargið hörðu ytri blöðunum. Skerið í tvennt eftir endilöngu og þvoið mjög vel undir köldu rennandi vatni. Blanchið í sjóðandi vatni þar til það er mjúkt. Tæmdu og endurnærðu með köldu vatni. Tæmið aftur til að fjarlægja umfram vatn. Veldu blaðlauksræmur af um það bil sömu stærð, fargaðu þeim sem eru of stórar eða brotnar í sundur. Dreifið út álpappír sem er nógu stórt til að þekja hálfan lax og leggið blaðlauksræmurnar lóðrétt ofan á, skarist brúnir þeirra örlítið og passið við lengd laxastykkisins. Leggið laxinn þvert yfir blaðlauksbeðið og rúllið upp í álpappír til að mynda pylsuform sem lokar endunum. Endurtaktu með hinni laxasneiðinni. Bakið í 100°C heitum ofni í 20 mínútur.

Til að gera sósuna: Steikið saxaða skálina og hvítlaukinn í helmingnum af smjörinu við vægan hita þar til þær eru mjúkar og gegnsæjar.

Bætið vermút og víni út í og eldið við vægan hita þar til það hefur minnkað alveg. Bætið fisksoðinu og saffraninu út í, eldið þar til það er minnkað í þriðjung. Bætið rjómanum út í og látið malla í 5 mínútur til viðbótar, síið síðan, bætið sítrónusafanum og graslauknum út í og hrærið afganginum af smjörinu út í.

Til að bera fram: Skerið hvern laxabita þvert yfir í 6 medalíur. Setjið tvo medalíur á hvern disk, hellið sósu í kring og stráið smá laxahrognum yfir.

49. Hörpuskel með saffran

Gerir: 4 skammta

HRÁEFNI:
1 pund sjávar hörpuskel, hrærð, skoluð og þurrkuð
5 matskeiðar Smjör
1 skalottlaukur, saxaður
¼ tsk Powered saffran
1 tsk koníak
1 tsk þurrt vermút
2 Stórir tómatar, afhýðið, fræhreinsið og saxið gróft
¼ pund Sveppir, þunnar sneiðar
2 bollar Þungt rjómi
Salt/pipar
Hrísgrjónapílaf
Til að búa til hrísgrjónapílaf; steikið ½ bolli hvít hrísgrjón í smá olíu eða smjöri í potti, bætið 1 bolli af sjóðandi vatni út í. Lokið og eldið varlega þar til allur vökvinn hefur frásogast - um 20 mínútur.

Hitið smjörið á pönnu sem er ekki hvarfgjarnl og bætið skalottlaukanum út í. Um leið og skalottlaukur verður gegnsær bætið við hörpuskel og saffran og kryddið með salti/pipar. Lokið og soðið í 2 mínútur. Bætið koníaki og vermút út í, svo tómötunum. Lokið og soðið í 8 mínútur.

Fjarlægðu hörpuskelina og raðaðu þeim í heitt framreiðsluskál. Eldið sósuna, án loks, við meðalháan hita þar til hún þykknar aðeins. Húðaðu hörpuskelina með sósu, berið fram með hrísgrjónapílaf.

Gerir: 4 skammta

HRÁEFNI:
1 3 1/2 pund kjúklingur skorinn niður
2 pund þroskaðir tómatar saxaðir eða-
2 28 únsur. dósir plómutómatar, Fargið safa.
6 miðlungs hvítlauksgeirar saxaðir
½ meðalstór laukur, saxaður gróft
1 ræma appelsínubörkur
2 Ansjósur skolaðar, þurrkaðar og hakkaðar
15 Niçoise ólífur, grófhreinsaðar og gróft skornar
2½ matskeið ólífuolía
2 lárviðarlauf
½ tsk timjan
⅛ teskeið saffranþræðir, mulið
¼ bolli þurrt hvítvín
1 bolli kjúklingakraftur
⅛ teskeið Cayenne pipar
2 matskeiðar Hakkað steinselja
Salt og pipar

Þurrkaðu kjúklingabitana, stráðu yfir salti og pipar. Afhýðið og saxið ferska tómata eða hellið niður, fræhreinsið og saxið niðursoðna tómata. Hitið 1½ msk ólífuolíu á 12" pönnu og steikið kjúklinginn þar til hann er léttbrúnn.

Færið yfir á disk og setjið til hliðar. Hitið 1 msk ólífuolíu sem eftir er, bætið lauk, lárviðarlaufi og timjan út í og steikið þar til laukurinn mýkist. Bætið hvítlauk út í og steikið þar til ilmandi. Bætið við saffran, hvítvíni og látið malla þar til vínið er næstum því gufað upp. Bætið soðinu út í og látið malla þar til vökvinn minnkar í ½ bolli um það bil 8 mínútur. Bætið tómötum, cayenne, appelsínuberki og ansjósu saman við. Setjið kjúklinginn aftur á pönnuna og eldið í um 20 mínútur eða miðlungshita. Hrærið ólífum saman við og kryddið. Skreytið með saxaðri steinselju og berið fram.

51. Sótt lúða í saffransoði

Gerir: 4 skammta

HRÁEFNI:
½ bolli hvítvín
1 bolli fiskikraftur eða grænmetiskraftur
Eða niðursoðinn grænmetiskraftur
3 hvítlauksgeirar, saxaðir
1 lítill laukur, gróft saxaður
1 lítil gulrót, gróft skorin
1 klípa saffran
¼ tsk Malað kúmen
1 lárviðarlauf
Smá salt
¼ tsk Nýmalaður svartur pipar
4 lúðuflök

Hitið hvítvínið, soðið, hvítlauk, lauk, gulrót, saffran, malað kúmen, lárviðarlauf, salt og pipar á stórri suðupönnu við háan hita.

Lækkið hitann og bætið lúðunni út í þegar blandan hefur náð suðu. Eldið í 3 til 5 mínútur á hvorri hlið fyrir flök 1 tommu/2½ cm þykkt. Fjarlægðu fiskinn með sleif.

Berið lúðuna fram með gufusoðnum hrísgrjónum og dreypið smá af rjúpnavökvanum yfir.

52. Risotto af andalifur

Gerir: 1 skammt

HRÁEFNI:

- 30 grömm furukjarnar
- Lifur úr 2 öndum
- Mjólk; fyrir bleyti
- Salt og malaður svartur pipar
- 1 Laukur
- 2 feitir hvítlauksgeirar
- 5 matskeiðar Extra virgin ólífuolía
- 225 grömm Arborio eða risotto hrísgrjón
- Góðir klípa saffran stamens
- 1 gul paprika
- 1⅛ lítra andasoð
- 4 stilkar oregano eða gullna marjoram
- 24 Grænar ólífur; (24 til 30)
- 15 grömm ósaltað smjör
- 2 matskeiðar Madeira
- 2 matskeiðar Ferskur graslaukur; hakkað

LEIÐBEININGAR:

a) Ristið furukjarna undir heitu grilli eða á þurri pönnu þar til þær eru gullnar.

b) Snyrtu lifur, fjarlægðu alla græna bita. drekkið í smá mjólk í 15 mínútur til að fjarlægja snefil af beiskju. Skolið í köldu vatni og þurrkið. Skerið í tvennt og kryddið létt.

c) Afhýðið og saxið laukinn smátt. Afhýðið og myljið hvítlauk. Hitið ólífuolíu á stórri pönnu eða risottopönnu, bætið lauk og hvítlauk út í og steikið þar til mjúkt.

d) Bætið við hrísgrjónum og saffran. Hrærið vel þar til hrísgrjón eru vel húðuð og hafa gleypt olíu. Kryddið létt.

e) Skerið pipar í tvennt, fjarlægðu kjarna, fræ og himnu. Skerið kjötið smátt. Bætið á pönnu.

f) Bætið hálfsoði smám saman út í. Látið suðuna koma upp. Lækkið hitann í rólega suðu og eldið þar til hrísgrjónin eru næstum tilbúin. Haltu áfram að bæta við aðeins meira soði, hristu pönnu oft.

g) Fjarlægðu blöðin af oregano eða marjoram og saxaðu. Bætið á pönnuna með ólífum og sólþurrkuðum tómötum eftir að hrísgrjón hafa soðið í 10 mínútur. Bætið við ristuðum furukjörnum eftir 2 eða 3 mínútur í viðbót.

h) Bræðið smjör á heitri pönnu. Steikið lifur hressilega á öllum hliðum og snúið oft við. Passið að þær séu soðnar en samt frekar bleikar í miðjunni. Bætið Madeira á pönnuna og skafið upp allar kjötleifar í hana.

i) Kryddið risotto eftir smekk og bætið söxuðum graslauk út í.

j) Berið fram risotto með lifrunum ofan á. Skeið lifrarsafa yfir og leyfið þeim að blandast saman við hrísgrjón.

SALÖT OG MEÐBÆR

53. Saffran pasta salat

Gerir: 4 skammta

HRÁEFNI:
- 8 aura lítil pastaform
- 4 tsk Ólífuolía
- 1 klípa af hreinu saffrandufti eða strengjum
- 1 únsa flöguð möndlur
- 2 aura rifsber
- 1 hvítlauksrif, mulið
- Safi úr 1 lime
- 1 tsk Tært hunang
- ¼ tsk Malað kúmen
- ¼ tsk Malað kóríander
- 1 gul paprika, fræhreinsuð og skorin í sneiðar
- 1 msk Fínt söxuð fersk steinselja
- 1 msk Fínt söxuð fersk mynta
- 1 msk Fínt saxað ferskt kóríander
- Salt og nýmalað
- Svartur pipar
- Fersk kóríanderlauf, til að skreyta

LEIÐBEININGAR:

a) Sjóðið pastað í miklu léttsöltuðu sjóðandi vatni í nokkrar mínútur skemur en leiðbeiningar á pakkningunni. Skolaðu vel með köldu vatni og tæmdu vandlega. Flyttu yfir í framreiðsluskál.

b) Hitið olíuna í litlum potti og bætið við saffran, möndlum, rifsberjum og hvítlauk. Eldið varlega, hrærið, þar til möndlurnar verða ríkulega hnetubrúnar. Takið af hellunni og blandið limesafa, hunangi, kúmeni og kóríander saman við.

c) Blandið pastanu, piparstrimunum og ferskum kryddjurtum varlega saman við dressinguna þar til hún er létt húðuð. Kryddið eftir smekk með salti og pipar.

d) Geymið í kæli í 1 klukkustund og berið síðan fram salatið, skreytt með kvistum af fersku kóríander.

54. Saffran fennel sous vide

Gerir: 4

HRÁEFNI:
- 2 hnýði fennel
- 1 g saffran
- 100 ml alifuglakraftur
- 20 ml ólífuolía
- 3 g salt

LEIÐBEININGAR:

a) Skerið fenneluna endilangt í um það bil 6 mm þykkar sneiðar. Þar sem blöðin hanga saman í gegnum stöngulinn myndast sneiðarnar.

b) Stönglarnir og ytri hlutar má vel nota í fennelkremsúpu.

c) Ryksugaðu sneiðarnar ásamt hinu hráefninu í lofttæmipoka. Eldið í vatnsbaði við 85°C í 3 klst.

d) Takið úr pokunum og minnkað soðið niður í u.þ.b. ⅓ af upphæðinni.

e) Dásamlegt og áhrifaríkt meðlæti, til dæmis með kjöt- og fiskréttum.

55. Saffran kartöflumús

Gerir: 2 skammta

HRÁEFNI:
- 1 klípa saffran; létt mulið
- 1 pund af kartöflum; teningur
- ¼ tsk hvítlaukssalt
- 1 matskeið Ólífuolía
- 1 eyri cheddar ostur; rifið
- 4 matskeiðar Mjólk

LEIÐBEININGAR:
a) Setjið saffranið í 1 msk sjóðandi vatni.
b) Sjóðið kartöflurnar í sjóðandi söltu vatni þar til þær eru mjúkar. Tæmdu.
c) Maukið kartöflurnar með saffran, hvítlaukssalti, olíu, osti og mjólk þar til þær eru maukaðar vel.

Gerir: 6 skammta

HRÁEFNI:

- 3 bollar grænmetiskraftur; heimabakað, kjúklingakraft
- 1 klípa saffran
- Salt og pipar; að smakka
- 1½ bolli kúskús
- 1 meðalstór rauðlaukur; julienned
- 2 hvítlauksrif; hakkað
- 1 stór tómatur; fræ, teningar
- 1 tsk Fersk engiferrót; hakkað
- ⅓ bolli Rifsber
- 1 matskeið ferskt kóríander; eða steinselja, saxuð
- 2 lime; safi af (allt að)
- 2 matskeiðar Ólífuolía
- Salt og pipar; að smakka

LEIÐBEININGAR:

☑ Í meðalstórum potti við háan hita, hitið soðið og saffran að suðu og kryddið með salti og pipar. Setjið kúskúsið í stóra óvirka skál og hellið sjóðandi soðinu yfir það. Lokið og setjið til hliðar í 1- mín, eða þar til allur vökvinn hefur verið frásogaður. Fluttu kúskúsinu upp með gaffli og settu það til hliðar.

☑ Blandið saman lauk, hvítlauk, tómötum, engifer, rifsberjum, kóríander og limesafa í meðalstórri skál. Hrærið ólífuolíunni hægt út í og kryddið með salti og pipar. Hellið blöndunni yfir kúskúsið og blandið vel saman.

☑ Berið fram kúskússalatið við stofuhita.

57. Saffran kínóa og ristað rófusalat

Gerir: 6 skammta

HRÁEFNI:
- 6 matskeiðar Extra-virgin ólífuolía
- 2 matskeiðar ferskur sítrónusafi
- 2 litlir hvítlauksrif; hakkað
- ½ tsk Gróft salt
- ½ tsk Malað kúmen
- ¼ tsk Rauð piparflögur; allt að ½
- 4 litlar rófur með grænu áföstum; upp í 5
- 1 bolli ósoðið kínóa
- 2 bollar grænmetissoð
- ⅛ teskeið saffranþræðir
- 5 tsk Ólífuolía
- 2 aura Skalottlaukur í þunnar sneiðar; (½ bolli)
- 3 miðlungs hvítlauksrif; hakkað
- 1½ msk ferskur sítrónusafi
- ¼ tsk Salt

LEIÐBEININGAR:
- ☑ Forhitið ofninn í 400F.
- ☑ Í lítilli skál, þeytið saman allt hráefnið.
- ☑ Stillið kryddið eftir smekk og setjið til hliðar.
- ☑ Þvoðu rauðrófur og klipptu af grænmeti, skildu eftir um 1 tommu áfast. Panta rófu grænu. Vefjið hverri rófu fyrir sig í álpappír og bakið þar til þær eru mjúkar þegar þær eru stungnar í gegn með þunnum hníf, 45 mínútur til 1 klukkustund. Setjið til hliðar til að kólna.
- ☑ Þegar rauðrófur eru nógu kaldar til að meðhöndla þær, afhýðið þær og skerið þær í þunnar sneiðar. Setjið rauðrófur í litla skál, bætið við 2 til 3 matskeiðum af marineringunni og hrærið varlega.
- ☑ Setjið kínóa í fínmöskjulegt sigti og skolið undir köldu vatni þar til froðan dregur úr. Setjið kínóa yfir í lítinn pott, bætið seyði og saffran út í og látið suðuna koma upp. Lækkið hitann í lágan, lokið á og látið malla þar til seyðið hefur frásogast í 13 til 15 mínútur.

☑ Á meðan, í meðalstórri pönnu, hitið 3 teskeiðar af ólífuolíu yfir meðalháum hita. Bætið skalottlaukum út í og eldið þar til hann er stökkur, hrærið oft í um 3 mínútur.

☑ Tæmið á pappírshandklæði og setjið til hliðar.

☑ Flyttu soðnu kínóablöndunni yfir í meðalstóra skál og blandaðu með 3 til 4 matskeiðum til viðbótar af marineringunni. (Hægt er að hylja afganginn af marineringunni og geyma í kæli í allt að 3 daga.) Fjarlægðu og fargaðu þykkum stilkum af rauðrófum; grófsaxið blöðin. Í stórri pönnu, hitið þær 2 tsk af olíu sem eftir eru yfir miðlungshita. Bætið hvítlauk út í og eldið, hrærið oft, í 1 mínútu. Bætið við rauðrófum og eldið þar til það er visnað, 1 til 2 mínútur. Hrærið sítrónusafa og salti saman við. Kryddið með pipar.

☑ Til að bera fram, skiptið sneiðum rófum á milli diska og raðið þeim í kringum brúnina. Settu ¼ bolla af kínóablöndu í miðju rófanna. Toppið með rauðrófu, skreytið með steiktum skalottlaukum og berið fram.

58. Saffran kjúklinga- og kryddjurtasalat

Gerir: 6

HRÁEFNI:
1 appelsína
2½ msk / 50 g hunang
½ tsk saffranþræðir
1 msk hvítvínsedik
1¼ bollar / um 300 ml vatn
2¼ lb / 1 kg roðlausar, beinlausar kjúklingabringur
4 msk ólífuolía
2 litlar fennel perur, þunnar sneiðar
1 bolli / 15 g tínd kóríanderlauf
⅔ bolli / 15 g tínd basilíkublöð, rifin
15 myntublöð tínd, rifin
2 msk nýkreistur sítrónusafi
1 rautt chili, þunnt sneið
1 hvítlauksgeiri, pressaður
salt og nýmalaður svartur pipar

Forhitið ofninn í 400°F / 200°C. Klipptu og fleygðu 1 cm frá toppi og hala appelsínunnar og skerðu hana í 12 báta, haltu skinninu á. Fjarlægðu öll fræ.

Setjið bátana í lítinn pott með hunangi, saffran, ediki og réttu vatni til að hylja appelsínubátana. Látið suðuna koma upp og látið malla varlega í um klukkustund. Í lokin ættirðu að vera með mjúka appelsínu og um það bil 3 matskeiðar af þykku sírópi; bæta við vatni á meðan á eldun stendur ef vökvinn verður mjög lítill. Notaðu matvinnsluvél til að blanda appelsínu og síróp í slétt, rennandi deig; aftur, bæta við smá vatni ef þarf.

Blandið kjúklingabringunum saman við helminginn af ólífuolíunni og miklu af salti og pipar og setjið á mjög heita röndótta pönnu. Steikið í um það bil 2 mínútur á hvorri hlið til að fá skýr bleikjumerki út um allt. Flyttu yfir í steikarpönnu og settu í ofninn í 15 til 20 mínútur, þar til það er rétt eldað.

Þegar kjúklingurinn er orðinn nógu kaldur til að meðhöndla hann en samt heitur, rífðu hann með höndum þínum í grófa, nokkuð stóra bita. Setjið í stóra blöndunarskál, hellið helmingnum af appelsínumaukinu yfir og hrærið vel. (Hinn helminginn getur þú geymt í ísskápnum í nokkra daga. Hann væri góð viðbót við kryddjurtasalsa til að bera fram með feitum fiski eins og makríl eða laxi.) Bætið afganginum út í salatið, þar á meðal restina af salatinu. ólífuolíu og hrærið varlega. Smakkið til, bætið við salti og pipar og, ef þarf, meiri ólífuolíu og sítrónusafa.

59. Ilmandi saffran pastasalat

Gerir: 4 skammta

HRÁEFNI:
- 8 aura (240 g) lítil pastaform
- 4 tsk Ólífuolía
- 1 klípa Hreint saffran duft eða Strands
- 1 únsa (30 g) möndlur í flögum
- 2 aura (60 g) rifsber
- 1 hvítlauksrif, mulið
- Safi úr 1 lime
- 1 tsk Tært hunang
- ¼ tsk Malað kúmen
- ¼ tsk Malað kóríander
- 1 gul paprika, fræhreinsuð og skorin í sneiðar
- 1 msk Fínt söxuð fersk steinselja
- 1 msk Fínt söxuð fersk mynta
- 1 msk Fínt saxað ferskt kóríander
- Salt og nýmalaður svartur pipar
- Fersk kóríanderlauf, til að skreyta

1. Sjóðið pastað í miklu léttsöltu sjóðandi vatni í nokkrar mínútur skemur en LEÐBEININGAR á pakkanum. Skolaðu vel með köldu vatni og tæmdu vandlega. Flyttu yfir í framreiðsluskál. 2. Hitið olíuna í litlum potti og bætið saffraninu, möndlunum, rifsberjunum og hvítlauknum saman við. Eldið varlega, hrærið, þar til möndlurnar verða ríkulega hnetubrúnar. Takið af hellunni og blandið limesafa, hunangi, kúmeni og kóríander saman við. 3. Blandið pastanu, piparstrimunum og ferskum kryddjurtum varlega saman við dressinguna þar til hún er létt húðuð. Kryddið eftir smekk með salti og pipar. 4. Geymið í kæli í 1 klukkustund og berið síðan fram salatið, skreytt með kvistum af fersku kóríander.

60. Saffran hrísgrjón salat

Gerir: 4 skammta

HRÁEFNI:
- 2 matskeiðar hvítvínsedik
- 1 matskeið Ólífuolía
- 2 dropar heit piparsósa (valfrjálst) Eða meira eftir smekk
- 1 hvítlauksrif; hakkað
- ¼ tsk Malaður hvítur pipar
- 2½ bolli soðin hrísgrjón (soðin í seyði og saffran)
- ½ bolli Rauð paprika í bita
- ½ bolli Hægeldaður græn paprika
- ¼ bolli niðurskorinn grænn laukur þar á meðal toppar
- ¼ bolli sneiðar þroskaðar ólífur
- Salatblöð

Blandið ediki, olíu, piparsósu (ef þess er óskað), hvítlauk og hvítum pipar saman í stóra skál; blandið vel saman. Bætið restinni af innihaldsefnum nema salati; kasta létt. Berið fram á salatblöðum.

SÚPUR OG STEIN

61. Hvítlauks- og saffransúpa

Gerir: 1 skammt

HRÁEFNI:
- 5 matskeiðar Ólífuolía
- 2 bollar Súrdeigsbrauðsteningar
- 4 stór hvítlauksrif; fjórðungur
- ⅓ bolli Þurrt hvítvín
- 4 bollar niðursoðinn saltsnautt kjúklingasoð
- 2 Örlátar klípur af saffranþráðum
- Salt
- 8 ½ tommu þykkar franskt brauð baguette sneiðar
- ½ bolli rifinn Manchego eða Monterey Jack ostur
- Hakkaður ferskur graslaukur eða grænn laukur
- Saffran þræðir

LEIÐBEININGAR:
a) Hitið 4 matskeiðar olíu í þungri stórri pönnu yfir miðlungsháum hita. bætið brauðteningum og hvítlauk út í og steikið þar til brauðið er létt gyllt í um 4 mínútur.

b) Bætið við víni, síðan seyði og saffran; látið suðuna koma upp. Lækkið hitann, lokið á og látið malla í 25 mínútur. Maukið súpuna í blandara. Setjið súpuna aftur í pottinn. Kryddið með salti.

c) Forhitið ofninn í 350F. Raðið franskbrauðssneiðum á kökuplötu. Penslið með 1 matskeið olíu sem eftir er. Bakið þar til það er létt ristað, um 8 mínútur. Stráið osti yfir brauðteningana.

d) Flyttu kökublað yfir á kál; steikið brauðteningana þar til osturinn bráðnar. Setjið 2 brauðteninga í hverja skál. Látið súpuna sjóða. Sleif yfir brauðteningum.

e) Stráið graslauk og nokkrum saffranþráðum yfir og berið fram.

62. Möndlu pistasíu saffran karrísósa

Gerir: 2 skammta

HRÁEFNI:
- ½ bolli Hráar óbleikaðar möndlur
- ½ bolli af hýði; ósaltaðar hráar pistasíuhnetur
- 2 matskeiðar smjör eða mild jurtaolía
- 1 stór laukur; skrældar og rifnar
- ½ tsk Malað kóríander
- ¼ teskeið Mace
- ½ tsk Nýmalaður hvítur pipar
- 2 grænir kardimommubelgir; afhýddur, malaður
- ½ tsk Cayenne pipar
- 1 klípa Múskat
- ½ tsk saffranþræðir, liggja í bleyti í 2 msk heitu vatni
- 2 bollar Þungt rjómi
- ¾ tsk salt; eða eftir smekk

LEIÐBEININGAR:
a) Sameina möndlur og pistasíuhnetur í 10 tommu pönnu og þurrsteikt við miðlungshita í 8 til 10 mínútur. Setjið í blandara eða matvinnsluvél og minnkað í duft. Setja til hliðar.

b) Hitið smjör í þungum 2 lítra potti yfir meðalháum hita.

c) Bætið lauknum út í og eldið þar til hann er ljósbrúnt. Hrærið kryddi saman við og eldið þar til það er ilmandi, um 1 mínútu. Hrærið saffran, rjóma, salti og duftformi hnetum saman við. Látið suðuna koma upp, hrærið stöðugt í. Lækkið hitann og látið malla, hrærið af og til, þar til sósan er nógu þykk til að hjúpa bakhlið skeiðar, 12 til 15 mínútur.

63. Kræklinga- og saffransúpa

Gerir: 4 skammta

HRÁEFNI:
- 2 pund kræklingur
- 1¼ bolli þurrt hvítvín
- 1½ bolli Vatn
- 3 matskeiðar Smjör
- 1 matskeið Ólífuolía
- 1 Laukur, smátt saxaður
- 1 hvítlauksrif, mulið
- 1 Blaðlaukur, snyrtur, fínt rifinn
- ½ tsk fenugreek, smátt mulin
- 1½ msk Alhliða hveiti
- 2 pakkar af saffran þráðum, liggja í bleyti
- 1 matskeið sjóðandi vatn
- 1¼ bolli kjúklingakraftur
- 1 msk Hakkað fersk steinselja
- Salt eftir smekk
- Nýmalaður pipar eftir smekk
- 2 matskeiðar Þeyttur rjómi
- Ferskar steinseljukvistar

LEIÐBEININGAR:

☑ Skrúbbaðu kræklinginn með nokkrum skiptum af fersku vatni og dragðu skeggið af. Fargið kræklingi sem er sprunginn eða lokast ekki vel þegar bankað er á hann. Setjið krækling í pott með víni og vatni. Lokið og eldið við háan hita, hristið pönnu oft, í 6-7 mínútur eða þar til skeljarnar opnast. Fjarlægðu kræklinginn, fargaðu þeim sem eru enn lokaðir.

☑ Sigtið vökvann í gegnum fínt sigti og geymið.

☑ Hitið smjör og olíu í potti. Bætið við lauk, hvítlauk, blaðlauk og fenugreek og eldið varlega í 5 mínútur. Hrærið hveiti út í og eldið í 1 mínútu.

☑ Bætið við saffranblöndu, 2-½ bollum af eldunarvökvanum sem geymdur er og kjúklingakraftinum. Látið suðuna koma upp, lokið á og látið malla varlega í 15 mínútur.

☑ Á meðan skaltu halda 8 kræklingum í skeljum og fjarlægja kræklinginn sem eftir er af skeljunum. Bætið öllum kræklingnum út í súpuna og hrærið saxaðri steinselju, salti, pipar og rjóma saman við. Hitið í gegnum 2-3 mínútur. Skreytið með steinseljukvistum, ef vill, og berið fram heitt.

64. Fiskeplokkfiskur með chili XE "Fiskapottréttur með chili"

Gerir: 4

HRÁEFNI:
- 1 laukur, saxaður
- 2 fennel perur, saxaðar
- 1 rauður chili, smátt saxaður
- 1 dós plómutómatar
- 6 matskeiðar ólífuolía
- 1 tsk fennelfræ, möluð
- 2 hvítlauksrif, mulin
- 1 pund hvítfiskflök
- 3 aura ristaðar möndlur, malaðar
- 3 aura af grænmetiskrafti
- ½ tsk sæt paprikuduft
- 1 msk fersk timjanblöð
- 1 tsk saffran þræðir
- 3 fersk lárviðarlauf
- Kínóa og vorgrænu
- 1 sítróna, skorin í báta

LEIÐBEININGAR:
☑ Gufa lauk, fennel, chili, mulin fennelfræ og hvítlauk.
☑ Bætið við papriku, timjan, saffran, lárviðarlaufum og tómötum.
☑ Látið suðuna koma upp með grænmetiskraftinum.
☑ Bætið fiskinum/tófúinu í soðið ásamt möndlunum.
☑ Berið fram með grænmeti, quinoa og sítrónubátum.

65. Ristað eggaldin og saffransúpa

Gerir: 1 skammt

HRÁEFNI:
- 1 meðalstór rússuð kartöflu
- Ólífuolía
- 1 stórt eggaldin, óskrælt, skorið í ¼ tommu þykka hringi
- ¼ bolli Ólífuolía
- 1 meðalstór laukur; hakkað
- 4 hvítlauksrif; hakkað
- ½ tsk Þurrkað oregano; molnaði
- 5 bollar kjúklingakraftur eða soð úr dós
- ⅛ teskeið saffranþræðir

LEIÐBEININGAR:
☑ Forhitið ofninn í 375F. Stingið í kartöfluna með gaffli. Setjið kartöflur á ofngrind og bakið þar til þær eru mjög mjúkar, um það bil 1 klukkustund. Takið úr ofninum og kælið. Klæðið 2 bökunarplötur með álpappír og penslið með ólífuolíu.

☑ Raðið eggaldin umferðir á tilbúnum blöðum. Bakið eggaldin í 15 mínútur. Hyljið með filmu. Bakið þar til það er mjög mjúkt og brúnt, um 30 mínútum lengur.

☑ Hitið ¼ bolli af ólífuolíu í þungum stórum potti yfir meðalháum hita. Bætið við lauk, hvítlauk og oregano og steikið þar til laukur og hvítlaukur eru hálfgagnsær í um það bil 10 mínútur. Skerið kartöflur í bita.

☑ Blandið kartöflu-, eggaldin- og laukblöndunni saman í örgjörva. Með vélina í gangi, bætið kjúklingakraftinum smám saman út í og blandið þar til það er slétt. Flytið yfir í pott.

☑ Bætið saffran út í og látið suðuna koma upp.

☑ Berið fram heitt.

66. Sjávarrétta- og fennelusúpa

Gerir: 4

HRÁEFNI:
2 msk ólífuolía
4 hvítlauksgeirar, þunnar sneiðar
2 fennel perur (10½ oz / 300 g samtals), snyrtar og skornar í þunnar báta
1 stór vaxkennd kartöflu (7 oz / 200 g samtals), afhýdd og skorin í ⅔-tommu / 1,5 cm teninga
3 bollar / 700 ml fiskikraftur (eða kjúklinga- eða grænmetiskraftur, ef vill)
½ miðlungs varðveitt sítróna (½ oz / 15 g samtals), keypt í búð eðasjá uppskrift
1 rautt chili, sneið (valfrjálst)
6 tómatar (14 oz / 400 g samtals), skrældir og skornir í fernt
1 msk sæt paprika
góð klípa af saffran
4 msk fínt söxuð flatblaða steinselja
4 flök sjóbirtingur (um 10½ oz / 300 g samtals), húð á, skorin í tvennt
14 kræklingar (um 8 oz / 220 g samtals)
15 samlokur (um 4½ oz / 140 g samtals)
10 tígrisrækjur (um 8 oz / 220 g samtals), í skurn eða afhýddar og veiddar
3 msk arak, ouzo eða Pernod
2 tsk saxað estragon (má sleppa)
salt og nýmalaður svartur pipar

Setjið ólífuolíuna og hvítlaukinn á breiða pönnu með lágum brúnum og steikið við meðalhita í 2 mínútur án þess að lita hvítlaukinn. Hrærið fennel og kartöflu saman við og eldið í 3 til 4 mínútur til viðbótar. Bætið soðinu og niðursoðinni sítrónu út í, kryddið með ¼ tsk salti og smá svörtum pipar, látið suðuna koma upp, setjið lok á og eldið við vægan hita í 12 til 14 mínútur þar til kartöflurnar eru soðnar. Bætið chili (ef það er notað), tómötum, kryddi og helmingi steinseljunnar út í og eldið í 4 til 5 mínútur til viðbótar.

Bætið við allt að 1¼ bolla / 300 ml af vatni í viðbót á þessum tímapunkti, einfaldlega eins mikið og þarf til að geta bara hylja fiskinn til að steypa hann, og látið malla aftur. Bætið sjóbirtingnum og skelfisknum út í, setjið lok á pönnuna og leyfið að sjóða nokkuð grimmt í 3 til 4 mínútur þar til skelfiskurinn opnast og rækjurnar verða bleikar.

Takið fiskinn og skelfiskinn úr súpunni með sleif. Ef hún er enn dálítið vatnsmikil, leyfið súpunni að sjóða í nokkrar mínútur í viðbót til að draga úr henni. Bætið arak út í og smakkið til.

Að lokum skaltu setja skelfiskinn og fiskinn aftur í súpuna til að hita þá aftur. Berið fram strax, skreytt með afgangnum af steinseljunni og estragoninu, ef það er notað.

67. Pistasíusafransúpa

Gerir: 4

2 msk sjóðandi vatn
¼ tsk saffranþræðir
1⅔ bollar / 200 g skurnar ósaltaðar pistasíuhnetur
2 msk / 30 g ósaltað smjör
4 skalottlaukar, smátt saxaðir (3½ oz / 100 g samtals)
1 oz / 25 g engifer, afhýtt og smátt saxað
1 blaðlaukur, smátt saxaður (1¼ bollar / 150 g samtals)
2 tsk malað kúmen
3 bollar / 700 ml kjúklingakraftur
⅓ bolli / 80 ml nýkreistur appelsínusafi
1 msk nýkreistur sítrónusafi
salt og nýmalaður svartur pipar
sýrður rjómi, til að bera fram

Forhitið ofninn í 350°F / 180°C. Hellið sjóðandi vatninu yfir saffranþræðina í litlum bolla og látið standa í 30 mínútur.

Til að fjarlægja pistasíuhýðina, þeytið hneturnar í sjóðandi vatni í 1 mínútu, látið renna af og á meðan þær eru enn heitar skaltu fjarlægja hýðina með því að þrýsta hnetunum á milli fingranna. Dreifið pistasíuhnetunum á ofnplötu og steikið í ofni í 8 mínútur. Takið út og látið kólna.

Hitið smjörið í stórum potti og bætið skalottlaukum, engifer, blaðlauk, kúmeni, ½ teskeið af salti og smá svörtum pipar út í. Steikið við meðalhita í 10 mínútur, hrærið oft, þar til skalottlaukur eru alveg mjúkir. Bætið soðinu út í og helminginn af saffranvökvanum. Lokið á pönnunni, lækkið hitann og látið súpuna malla í 20 mínútur.

Setjið allt nema 1 matskeið af pistasíuhnetunum í stóra skál ásamt helmingi súpunnar. Notaðu hrærivél til að blanda þar til það er slétt og settu þetta síðan aftur í pottinn. Bætið appelsínu- og sítrónusafanum út í, hitið aftur og smakkið til til að stilla kryddið.

Til að bera fram, saxið pistasíuhneturnar gróft í sundur. Hellið heitu súpunni yfir í skálar og toppið með skeið af sýrðum rjóma. Stráið pistasíuhnetunum yfir og dreypið afganginum af saffranvökvanum yfir.

68. Grasker Saffran Bisque

Gerir: 4 skammta

HRÁEFNI:
- 1 heill laukur, saxaður
- 1 hvítlauksgeiri, saxaður
- 1 ½ msk smjör
- 1 bolli graskersmauk
- 1 ¼ bolli vatn
- ½ tsk kanill
- ½ tsk chili duft
- Nokkrir þræðir af saffran
- 1 bolli nýmjólk ósykrað jógúrt

LEIÐBEININGAR:
a) Í potti, steikið laukinn og hvítlaukinn í smjöri þar til þau eru brún
b) Bætið graskersmaukinu, vatni og kryddi út í og sjóðið.
c) Lækkið hitann strax og látið malla í fimm mínútur, bætið jógúrtinni smám saman út í.
d) Berið fram heitt.

SÓSUR OG SULT

69. Rjómalöguð saffransósa

Gerir: 1 skammt

HRÁEFNI:
- ½ tsk saffranþræðir
- 1 bolli af léttmjólk
- 2 matskeiðar hnetuolía
- 1 bolli Grófsaxaður laukur
- 5 grænir kardimommubelgir, slegnir
- ½ bolli fitulaus jógúrt
- 4½ tsk maíssterkja
- ¾ tsk Salt, eða eftir smekk
- Nýmalaður pipar

LEIÐBEININGAR:
a) Hrærið saffran út í mjólk í skál og setjið til hliðar. Hitið olíu í litlum potti við háan hita.

b) Bætið við lauk og kardimommubungum og hrærið þar til laukurinn verður gullinn, 4 til 5 mínútur. Færið í matvinnsluvél með málmblaði.

c) Bætið við saffran, mjólk, jógúrt og maíssterkju og vinnið þar til slétt.

d) Farið aftur í pott. Bætið salti og eldið við miðlungs háan hita, hrærið stöðugt, þar til sósan verður slétt, 4 til 5 mínútur.

e) Kryddið eftir smekk með pipar. Berið fram heitt.

70. Fersk tómatsósa með saffran

Gerir: 2 skammta

HRÁEFNI:
- 2 tsk ólífuolía
- 1 tsk fínt saxaður hvítlaukur
- ½ tsk saffranþræðir; Möltuð
- ¼ bolli fitulaust grænmetiskjúklingasoð; Low Sod
- ¼ bolli þurrt sherry
- 1 stór tómatur
- 2 matskeiðar saxuð fersk steinselja
- Salt og pipar; Að smakka

LEIÐBEININGAR:
a) Hitið olíu í litlum potti yfir meðalhita. Bætið hvítlauk út í og hrærið þar til það er létt litað, um 30 sekúndur.
b) Bætið saffran út í og hrærið í 5 sekúndur í viðbót.
c) Hrærið kjúklingasoði og sherry saman við og látið malla þar til það hefur minnkað í 2 msk, um 5 mín. Færið sósuna yfir í litla skál og setjið til hliðar til að kólna.
d) Hrærið tómötum og steinselju saman við rétt áður en borið er fram. Kryddið með salti og pipar.
e) Skeið yfir heitan soðinn aspas eða pasta.

71. Möndlu pistasíu saffran karrísósa

Gerir: 2 skammta

HRÁEFNI:

- ½ bolli Hráar óbleikaðar möndlur
- ½ bolli af hýði; ósaltaðar hráar pistasíuhnetur
- 2 matskeiðar smjör eða mild jurtaolía
- 1 stór laukur; skrældar og rifnar
- ½ tsk Malað kóríander
- ¼ teskeið Mace
- ½ tsk Nýmalaður hvítur pipar
- 2 grænir kardimommubelgir; afhýddur, malaður
- ½ tsk Cayenne pipar
- 1 klípa Múskat
- ½ tsk saffranþræðir, liggja í bleyti í 2 msk heitu vatni
- 2 bollar Þungt rjómi
- ¾ tsk salt; eða eftir smekk

LEIÐBEININGAR:

a) Sameina möndlur og pistasíuhnetur í 10 tommu pönnu og þurrsteikt við miðlungshita í 8 til 10 mínútur. Setjið í blandara eða matvinnsluvél og minnkað í duft. Setja til hliðar.

b) Hitið smjör í þungum 2 lítra potti yfir meðalháum hita.

c) Bætið lauknum út í og eldið þar til hann er ljósbrúnt. Hrærið kryddi saman við og eldið þar til það er ilmandi, um 1 mínútu. Hrærið saffran, rjóma, salti og duftformi hnetum saman við. Látið suðuna koma upp, hrærið stöðugt í.

d) Lækkið hitann og látið malla, hrærið af og til, þar til sósan er nógu þykk til að hjúpa bakhlið skeiðar, 12 til 15 mínútur.

72. Ofnristuð eplasafransulta

Gerir: 1 skammt

HRÁEFNI:
- 2 stjörnu anís
- 4 negull
- 2 kanilstangir
- 4 myntublöð
- Börkur af 1 sítrónu
- 2 pund sykur
- 6 pund af eplum, afhýdd og skorin í stóra bita
- Safi úr 1-½ lime
- 1 bolli Vatn
- 2 spænir úr saffranstykki

LEIÐBEININGAR:
a) Hitið ofninn í 400 gráður.

b) Stappaðu stjörnuanís, negul og kanilstöng varlega með mortéli og stöpli.

c) Blandið vatni og limesafa í litlu íláti.

d) Blandið saman sykri, eplum, maukuðu kryddi, myntulaufum, sítrónuberki, ½ bolli af limesafa og vatni og saffran í steikarpönnu. Hyljið með álpappír og setjið inn í ofn.

e) Eftir 10 mínútur skaltu bæta við ½ bolla af limesafa og vatni. Ristið Hráefni: í 10 mínútur í viðbót, bætið svo hinum ½ bolla af limesafa og vatni út í.

f) Steikið í 10 mínútur í viðbót.

g) Hráefni: Blandið strax saman í matvinnsluvél eða blandara þar til hráefnin hafa náð því að vera sultulík.

h) Geymið sultu í krukkum.

73. Saffran og estragon sósa

Gerir: 1 skammt

HRÁEFNI:
- 150 ml fiskikraftur
- 1 klípa saffran stamens
- 1 skallottur; smátt saxað
- 1 stykki stjörnuanís
- 150 ml Tvöfaldur rjómi
- 1 matskeið franskt estragon; hakkað
- Krydd eftir smekk

LEIÐBEININGAR:
a) Eldið skalottlaukana í fiskikraftinum með saffran og stjörnuanís þar til það er mjúkt og vínið minnkað um helming.

b) Bætið rjómanum út í, látið suðuna koma upp og látið malla til að blanda saman bragði og karamellisera rjómann. Tímabil. Það ætti að vera skærgult. Setjið í gegnum fínt sigti á hreina pönnu og bætið estragon út í. Athugaðu og stilltu krydd.

c) Berið fram með skötuseli og spínati.

EFTIRLITUR

74. Súkkulaðikaka með saffran trufflukremi

Gerir: 20 skammta

HRÁEFNI:
- 3 egg
- ⅞ bolli sykur
- ½ vanillustöng
- ½ appelsína, rifinn börkur af
- 7 aura smjör
- 8 aura Dökkt súkkulaði
- 1¼ bolli venjulegt hveiti
- 3½ aura valhnetur
- ⅞ bolli Þeyttur rjómi
- ½ grömm af saffran
- 14 aura hvítt súkkulaði
- 1½ aura valhnetur
- 3½ aura dökkt súkkulaði
- Appelsínubörkur

LEIÐBEININGAR:

☑ Hitið ofninn í 200C (400F).

☑ Þeytið sykur og egg þar til hvítt og loftkennt. Bætið vanillu og appelsínubörknum út í.

☑ Bræðið, sérstaklega, súkkulaði og smjör. Látið kólna.

☑ Blandið egginu og sykrinum varlega saman við hveiti, smjör, súkkulaði og heilar valhnetur.

☑ Klæðið botninn á 24 cm (9 tommu) springformi með smjörpappír. Hellið deiginu út í. Bakið í 12-15 mín í neðri hluta ofnsins.

☑ Myljið saffranið og látið sjóða í rjómanum. Saxið hvíta súkkulaðið og látið bráðna í heita rjómanum.

☑ Hellið saffran-trufflukreminu yfir súkkulaðikökuna. Geymið 2 teskeiðar til að skreyta. Látið kökuna harðna í kæli.

☑ Búið til þunnar flögur úr helmingnum af dökku súkkulaðinu sem eftir er. Bræðið afganginn og dýfið valhnetunum í það. Aðeins helmingur hverrar hnotu ætti að vera húðaður.

☑ Þegar kakan er stíf, takið hana af forminu. Smyrjið geymda trufflukreminu á kantinn (gæti þurft að hita það aðeins) og festið súkkulaðiflögurnar á kantinn.

☑ Skreytið með valhnetum, appelsínuberki og kannski marsipani.

75. Gull saffran kaka

Gerir: 10 skammta

HRÁEFNI:
- 1 msk smjör, mildað
- ⅔ bolli Fitulaus mjólk
- 1 tsk Saffran þræðir
- 1⅓ bolli kökuhveiti
- 1¾ bolli sykur
- 1 tsk lyftiduft
- ½ tsk matarsódi
- ¼ bolli Þídd frosið fitulaust egg í staðinn
- 2 matskeiðar Rósavatn
- 1½ tsk Vanilla
- ¾ bolli Vatn
- 1 msk saxaðar pistasíuhnetur

LEIÐBEININGAR:

☑ Penslið 9" kökuform með smjöri. Blandið saman 2 matskeiðum af fitulausri mjólk og saffranþráðum í litlum potti. Hitið og hrærið aðeins til að malla.

☑ Takið af hitanum. Sigtið saman kökumjöl, 1 bolla sykur, lyftiduft og matarsóda. Hrærið saman saffranblöndu, afgangi af fitulausri mjólk, eggjavara, rósavatni og 1 tsk vanillu.

☑ Hrærið fljótt saman við þurrt hráefni: bara þar til það er blandað saman. Hellið í tilbúna pönnu. Bakið við 375'F. um það bil 15 mínútur eða þar til viðarplokkurinn sem settur er í miðjuna kemur hreinn út. Látið kólna í 5 mínútur. Blandið saman ¾ bolla sykri og vatni sem eftir er í litlum potti. Hitið að suðu. Látið malla í 5 mínútur. Hrærið afganginum ½ tsk vanillu út í.

☑ Stingið göt jafnt yfir allt yfirborð kökunnar með teini. Hellið sírópi jafnt yfir kökuna.

☑ Stráið pistasíuhnetum yfir. Skerið í tígullaga bita, baklava-stíl.

76. Hunangslöguð epla- og saffranterta

Gerir: 8 skammta

HRÁEFNI:
- 9" flan dós
- 8 aura Sjálfhækkandi hveiti
- 4 aura smjör
- 1 klípa blandað krydd
- Mjólk til að blanda saman
- 3 sæt eftirréttaepli; skrældar, kjarnahreinsaðar og
- ; sneið
- 10 vökvaaura Tvöfaldur rjómi
- 5 vökvaaura mjólk
- 1 Klípa saffran
- 3 egg; plús 1 eggjarauða
- 2 matskeiðar hunang

LEIÐBEININGAR:

☑ Í fyrsta lagi skaltu búa til sætabrauðið með því að nudda köldu smjörinu í hveitið svo það líkist brauðrasp. Blandið saman í þétt, en ekki of blautt, deig. Þú getur annað hvort rúllað því út í hring til að fóðra síðan formið eða þrýst því varlega í kringum formið og upp um brúnirnar að línunni. Bakið blindt í 10 mínútur, kælið síðan.

☑ Hitið mjólk, rjóma og saffran þar til saffran byrjar að blæða. Þeytið eggin og eggjarauðuna með hunanginu og hellið rjóma, mjólk og saffran yfir.

☑ Þeytið stöðugt með þeytara.

☑ Leggið eplin yfir allan botn tertunnar, hellið vökvanum yfir og eldið í 25-30 mínútur við gas 4-5 eða 180C-190C.

77. Ferskjur í saffran

Gerir: 6 skammta

HRÁEFNI:
- 6 stórar óþroskaðar ferskjur
- ¾ bolli sykur
- ¼ tsk spænskir saffranþræðir
- 1 Þurrkaður rauður chili pipar
- 10 Allspice ber
- 2 lárviðarlauf
- 1 stykki ferskt engifer, skrælt og skorið langsum í 3 sneiðar
- 6 bollar Vatn
- Myntugreinar; til framreiðslu
- Hrokkið; langar lengjur af sítrónuberki, til framreiðslu

LEIÐBEININGAR:
☑ Afhýðið ferskjurnar með beittum grænmetisskeljara og setjið þær til hliðar.

☑ Blandið saman sykri, saffran, chile, kryddberjum, lárviðarlaufum, engifer og vatni í stórum potti sem ekki hvarfast. Við miðlungs lágan hita, hrærið þar til sykurinn hefur leyst upp.

☑ Hækkið hitann og látið suðuna koma upp, lækkið síðan hitann og látið malla í 10 mínútur.

☑ Bætið ferskjunum út í og haltu áfram að malla í um það bil 30 mínútur, eða þar til ferskjurnar eru mjúkar en ekki mjúkar.

☑ Snúið þeim af og til þannig að allar hliðar taki jafnan lit á saffraninu. Þeir eru tilbúnir þegar tannstöngli sem stungið er í ávextina fer auðveldlega í hálfa leið.

☑ Flyttu ferskjurnar með skeið yfir á einstaka diska eða diska, látið kólna og kælið. Skreytið með myntu og sítrónuberki.

78. Saffran ís

Gerir: 3 skammta

HRÁEFNI:
- 1½ bolli Hálft og hálft
- 1 egg
- ½ grömm af saffran; saxað fínt
- Brandy
- ⅓ bolli sykur

LEIÐBEININGAR:
☑ Leggið saffranið í bleyti í mjög litlu magni af brennivíni (nóg til að hylja það) í eina klukkustund.

☑ Sjóðið eggið í nákvæmlega 45 sekúndur. Blandið öllu hráefninu saman og kælið í ½ klukkustund.

☑ Fylgdu síðan venjulegri aðferð fyrir ísvélina þína.

79. Saffran Pistasíu Panna Cotta

Gerir: 2 skammta

HRÁEFNI:
2 matskeiðar mjúkur paneer eða heimagerður kotasæla
teskeið sykur -2
2 matskeiðar mjólk -
1 matskeið rjómi -
1 klípa saffran -
Agar agar duft - stór klípa
2 tsk pistasíuhnetur -
1 klípa kardimommuduft -

LEIÐBEININGAR:
Maukið mjúkan paneer og sykurduft þar til það er slétt.
Sjóðið saman 2 msk mjólk &1 msk rjómi og klípa af saffran.
Bætið við stórri klípu af agar agar dufti.
Þeytið þar til slétt er.
Bætið við paneer blöndu, kardimommudufti og söxuðum pistasíu.
Blandið vel saman.
Bætið 1/4 tsk söxuðum pistasíu í smurt mót. Hellið panna cotta blöndunni.
Kældu í 2 klukkustundir í kæli.
Takið úr mótun og berið fram. Bætið smá sírópi að eigin vali og ávöxtum ofan á.
Þú getur stillt sykur eftir smekk.

80. Kókosvatn Panna Cotta með saffran

Gerir: 6 skammta

HRÁEFNI:
2-3 msk Agar-Agar þræðir
1 lítri fersku kókosvatni
2 msk Sykur
8-10 Saffran þræðir

LEIÐBEININGAR:
Fyrst af öllu skaltu bleyta Agar-agar þræði í bolla af vatni. Haltu því til hliðar í 30 mínútur. Látið suðuna koma upp við háan hita í fyrstu. Lækkið þá hitann og leyfið því að leysast alveg upp. Það mun taka um 8-10 mínútur.

Hitið kókosvatn og sykur þar til það er aðeins heitt. Bætið þessari Agar-Agar blöndu við það. Síið það ef vill. En þess er alls ekki þörf. Þú getur bætt því við beint. En passaðu að það ætti að leysast alveg upp eins og þú sérð á myndinni. Hrærið einnig Saffran þráðunum saman við. Blandið vel saman og látið kólna áður en það er sett í kæli.

Lokið því og kælið þar til það er stíft. Skerið í sneiðar og njótið með þurru kókoshnetu hakkað ofan á. Eða eins og það er. Það bragðast svo rosalega æðislega. Jamm!

81. Mango Lassi Panna Cotta

HRÁEFNI:

- 2 stór mangó
- 1/4 bolli mjólk
- 2/3 bolli jógúrt
- 1 bolli þungur rjómi
- 2 msk sykur
- 1 tsk agar agar duft
- 1 tsk kardimommuduft
- 3-4 saffranþræðir

LEIÐBEININGAR:

a) Leggið Agar Agar duftið í bleyti í nægu vatni þannig að það bleyti vel. Það er nauðsynlegt.

b) Búðu til Mangómauk með því að afhýða, skera sneiðar og bæta í blandara til að búa til mauk

c) Bætið mjólk og þungum rjóma á pönnu og látið suðuna koma upp á meðalloga.

d) Bætið við kardimommudufti og saffranstrengjum. Bætið mangómauki og jógúrt út í og þeytið vel á meðan það er loga. Setja til hliðar

e) Kælið í 2-3 mínútur og sigtið mangóblönduna

f) Smyrjið formin. Hellið í form og kælið yfir nótt

g) Skreytið með mangósneiðum og myntulaufum og njótið

82. Saffran Pistasíu Panna Cotta

Gerir: 2 skammta

HRÁEFNI:
- 2 matskeiðar mjúkur paneer eða heimagerður kotasæla
- 2 tsk Sykur
- 2 matskeiðar Mjólk
- 1 matskeið Rjómi
- 1 klípa saffran
- Agar agar duft - stór klípa
- 2 tsk pistasíuhnetur
- 1 klípa kardimommuduft

LEIÐBEININGAR:
Maukið mjúkan paneer og sykurduft þar til það er slétt.
Sjóðið saman 2 msk mjólk &1 msk rjómi og klípa af saffran.
Bætið við stórri klípu af agar agar dufti.
Þeytið þar til slétt er.
Bætið við paneer blöndu, kardimommudufti og söxuðum pistasíu.
Blandið vel saman.
Bætið 1/4 tsk söxuðum pistasíu í smurt mót. Hellið panna cotta blöndunni.
Kældu í 2 klukkustundir í kæli.
Takið úr mótun og berið fram. Bætið smá sírópi að eigin vali og ávöxtum ofan á.
Þú getur stillt sykur eftir smekk.

83. <u>Saffran rúllaður ís</u>

Gerir: 6–8 skammta

HRÁEFNI:
GRUNNIHALDSEFNI
- 1 bolli Rjómi
- ½ bolli þétt mjólk

TOPPING
- ½ gram saffran, fínt saxað
- brennivín

LEIÐBEININGAR:
a) Taktu hreina og stóra bökunarplötu og bætið rjómanum og mjólkinni út í.
b) Bætið öllu áleggginu saman við og blandið því saman með spaða.
c) Dreifið jafnt og frystið yfir nótt.
d) Næsta dag, með sama spaða, rúllið ísnum frá einum enda bakkans til hins.

84. Súkkulaðikaka með saffran trufflukremi

Gerir: 20 skammta
HRÁEFNI:
- 3 egg
- ⅞ bolli sykur
- ½ vanillustöng
- ½ appelsína, rifinn börkur af
- 7 aura smjör
- 8 aura Dökkt súkkulaði
- 1¼ bolli venjulegt hveiti
- 3½ aura valhnetur
- ⅞ bolli Þeyttur rjómi
- ½ grömm af saffran
- 14 aura hvítt súkkulaði
- 1½ aura valhnetur
- 3½ aura dökkt súkkulaði
- Appelsínubörkur

1. Hitið ofninn í 200C (400F).
2. Þeytið sykur og egg þar til hvítt og loftkennt. Bætið vanillu og appelsínubörknum út í.
3. Bræðið, sérstaklega, súkkulaði og smjör. Látið kólna.
4. Blandið egginu og sykrinum varlega saman við hveiti, smjör, súkkulaði og heilar valhnetur.
5. Klæddu botninn á 24 cm (9 tommu) springformi með smjörpappír.
Hellið deiginu út í. Bakið í 12-15 mín í neðri hluta ofnsins. Kakan á bara að stífna. Látið kólna. 6. Myljið saffranið og látið sjóða í rjómanum. Saxið hvíta súkkulaðið og látið bráðna í heita rjómanum.
7. Hellið saffran-trufflukreminu yfir súkkulaðikökuna. Geymið 2 tsk til að skreyta. Látið kökuna harðna í kæli.
8. Búið til þunnar flögur úr helmingnum af dökku súkkulaðinu sem eftir er. Bræðið afganginn og dýfið valhnetunum í það. Aðeins einn helmingur hverrar hnotu ætti að vera húðaður.
9. Þegar kakan er stíf, takið hana af forminu. Smyrjið geymda trufflukreminu á kantinn (gæti þurft að hita það aðeins) og festið súkkulaðiflögurnar á kantinn. Skreytið með valhnetum, appelsínuberki og kannski marsipani.

85. Saffran hrísgrjónabúðingur

Gerir: 4 skammta

HRÁEFNI:
1¼ bolli Basmati hrísgrjón
2½ bolli Vatn
⅓ bolli Mjólk
klípa saffran þræði
2 matskeiðar Smjör
2 grænir kardimommubelgir, marinir
1 tommu kanilstöng
2 negull
½ bolli rúsínur
¼ bolli sykur
⅓ bolli sneiðar möndlur, ristaðar

Þvoið hrísgrjón undir köldu rennandi vatni og sett í stóran pott með 2½ bollunum af vatni. Látið suðuna koma upp, lækkið hitann og látið malla í fimm mínútur og hellið síðan af.

Mælið 2 matskeiðar af mjólk í litla skál, bætið við saffran og látið liggja í bleyti í fimm mínútur.

Hitið smjör í þykkum potti, bætið við hrísgrjónum, kardimommubungum, kanil og negul og eldið tvær til þrjár mínútur eða þar til hrísgrjónin verða ógagnsæ.

Hrærið afganginum af mjólkinni, saffranmjólkurblöndunni, rúsínum og sykri saman við og látið suðuna koma upp. Lokið og látið malla í um sex til átta mínútur eða þar til hrísgrjón eru mjúk og vökvi hefur frásogast.

Fjarlægðu heil krydd og berið fram heitar með möndlunum dreift ofan á.

86. Eggjabúðingur

Gerir: 5 skammta

HRÁEFNI:
- 3-6 egg
- 1 lítra mjólk
- 8 msk sykur
- 3-5 þræðir saffran

LEIÐBEININGAR:
a) Safnaðu hráefninu saman. Brjótið eggin og setjið allt hráefnið í blandara

b) Blandið í innan við mínútu og hellið út í eldfast mót. Bakið við 170' í 20 mín

c) Geymið í kæli í klukkutíma eða 2 áður en það er borið fram. Bara ljúffengt. Skreytið með steiktum möndlum eða bara eins og það er.

87. Saffran risotto kökur

Gerir: 4 skammta

HRÁEFNI:
- 500 ml grænmetiskraftur
- Salt og pipar
- 75 grömm smjör
- 2 matskeiðar Ólífuolía
- 2 hvítlauksrif; mulið
- 150 gr risotto hrísgrjón
- Góðir klípa saffranþræðir liggja í bleyti í a
- ; lítið lager
- 100 grömm af parmesan; rifið
- Salat og balsamikedik

a) Bræðið smjörið og olíuna á pönnu og steikið hvítlaukinn þar til hann er mjúkur en ekki litaður. Bætið hrísgrjónunum af hita þar til þau eru vel húðuð með hvítlauksblöndunni.

b) Komið aftur á hita og bætið við nægu soði til að það hylji hrísgrjónin. Bætið saffraninu vlð með vökvanum.

c) Eldið þar til hrísgrjónin hafa gleypt vökvann og bætið við þar til þau eru soðin al dente. Bætið helmingnum af parmesan og hrærið vel.

d) Þegar það er soðið skaltu kæla í smá stund en ekki láta það kólna. Mótið litlar kökur á meðan þær eru heitar og kælið þær síðan í ísskáp. Þegar þær eru kaldar skaltu steikja kökurnar í smá heitri ólífuolíu þar til þær eru gullinbrúnar á báðum hliðum.

e) Berið fram með balsamikediki og stráið afganginum af parmesan yfir.

88. Persneskur saffranbúðingur

Gerir: 6 skammta

HRÁEFNI:
BÚÐINGUR
- 3 bollar ósykrað kókosmjólk
- 1 1/4 bollar vatn skipt
- 1/2 bolli sykur
- 3/4 bolli brúnt hrísgrjónamjöl
- 1 heil kanilstöng
- 1 heil stjörnuanís
- 12 heilir grænir kardimommubelgir
- 1/2 tsk saffran
- 1/2 tsk túrmerik
- 3/4 tsk salt

APPELSÍNSÍRÓP
- 1/2 bolli sykur
- 3 matskeiðar vatn
- 2 matskeiðar appelsínublómavatn
- Skrældar pistasíuhnetur, skreytið
- Svartar eða gylltar rúsínur, skreytið
- Saffranþræðir, valfrjálst skraut

LEIÐBEININGAR
a) Til að búa til búðinginn: Blandið saman kanilstönginni, stjörnuanísnum, kardimommubungunum, saffran og túrmerik í litlum fati og hyljið með 1/4 bolli af heitu vatni til að blómstra kryddin.

b) Krydd blómstra í vatni.

c) Blandið saman kókosmjólk, vatni, sykri og salti í meðalstóran pott. Látið suðuna koma upp, lækkið síðan að suðu og blandið hrísgrjónamjölinu hægt út í þar til það er slétt.

d) Bætið kryddréttinum saman við og hrærið þar til það hefur blandast vel saman. Eldið í 15-20 mínútur, hrærið oft.

e) Kryddum bætt út í kókosmjólk á eldavélinni.

f) Takið af hitanum og setjið yfir í netsíu yfir stóra blöndunarskál. Þrýstu í gegn með skeið eða spaða til að fjarlægja allt krydd.

g) Skiptið búðingnum jafnt á milli 4-6 rétta og kælið í kæli áður en hann er borinn fram.

h) Til að búa til appelsínublómasíróp: Blandið öllu hráefninu saman í lítinn pott og látið suðuna koma upp við meðalhita. Takið af hitanum og látið kólna. Sírópið mun þykkna þegar það stendur.

i) Að búa til appelsínublómasíróp á eldavélinni.

j) Til að setja saman skaltu toppa búðinginn með nokkrum pistasíuhnetum og rúsínum og hella síðan appelsínublómasírópinu yfir. Ef þú ert eitthvað sérstaklega flottur geturðu líka skreytt með nokkrum saffranþráðum.

k) Persneskur saffranbúðingur - framandi glútenlaus, mjólkurlaus, vegan eftirréttuppskrift með saffran, pistasíuhnetum og appelsínublómasírópi

89. Lítil appelsínu- og saffran kökur

Gerir: 20-22 skammta

HRÁEFNI:

FYRIR Kökuna:

- 1 g saffran
- 1 matskeið romm
- 1 tsk af sykri
- 3 lífræn egg
- 1 bolli (180 g) sykur
- 1 1/3 bolli (160 g) alhliða hveiti
- 1/2 tsk lyftiduft
- 2/3 bolli (150 g) smjör, brætt
- 1 stór lífræn appelsína (safi + börkur)

FYRIR APPELÍNU- OG MÖNLUGLÍAN:

- 1/2 appelsína (safi)
- 2 matskeiðar (30g) flórsykur
- 2 matskeiðar (30 g) sneiddar möndlur

LEIÐBEININGAR

a) Forhitið ofninn í 350°F (180°C). Leysið saffran upp í rommið í litlum kaffibolla með 1 tsk af sykri. Látið malla í að minnsta kosti 30 mínútur.

b) Í stórri skál, þeytið egg og sykur þar til það er fölt og ljóst. Bætið saffraninu út í rommið og hrærið þar til það hefur blandast saman.

c) Sigtið hveitið út í með lyftiduftinu og blandið vel saman.

d) Bræðið smjörið í litlum potti eða í örbylgjuofni.

e) Í millitíðinni, rífið hýðið af ferskri appelsínu og safa hana.

f) Bætið bræddu smjöri út í deigið ásamt appelsínusafa og börk og hrærið vel.

g) Hellið deiginu í áður smurt 12 x 16 bökunarform (eða þakið bökunarpappír) og bakið hálfa leið í um 25 mínútur. Þegar tannstöngull kemur hreinn út er kakan tilbúin.

h) Í millitíðinni undirbúið gljáann með því að blanda saman appelsínusafa og flórsykri.

i) Penslið kökuna með appelsínugljáanum og skreytið með nokkrum möndlum. Látið kólna alveg þar til gljáinn hefur stífnað.

j) Skerið kökuna með kökusneiðum af ýmsum gerðum (jólatré, stjörnur, hjarta, englar) og setjið á bakka.

90. Saffran kulfi poppar

Gerir: 8 skammta

HRÁEFNI:

- 1½ lítri nýmjólk
- ⅓ bolli sykur
- 1/16 tsk Saffran í duftformi EÐA
- ⅛ teskeið saffranþræðir
- 1 matskeið sjóðandi vatn
- 8 pappírsbollar EÐA
- Eldunarpergament EÐA
- Vaxaður pappír
- 8 íspinnar (val)

a) Í 6-8 lítra pönnu við háan hita, hrærið mjólk og sykur þar til það er kraumað. Yfir miðlungs-háum hita, sjóðið þar til minnkað í 2 bolla, 25-35 mínútur, hrærið oft; renndu pönnunni að hluta af hita ef mjólk hótar að sjóða upp úr. Látið kólna; til að hraða kælingu skaltu setja pönnu í ísvatn.

b) Setjið saffran í litla skál. Bætið við sjóðandi vatni, hrærið og látið standa í 5 mínútur. Brjótið þræði í sundur með lítilli skeið. Skafið blönduna ofan í heita mjólkurblönduna.

c) Setjið pappírsbollar á pönnu með brún. Eða, til að búa til keilur, skera 8 stykki af pergament eða vaxpappír í 7-½" ferninga. Brjóttu hvert stykki í tvennt til að búa til þríhyrning.

d) Með langa brúnina í átt að þér, færðu 1 af 45' hornunum efst á þríhyrningnum og rúllaðu síðan í átt að öðru horni. Til að loka gati neðst, byrjaðu að ofan, þrýstu 1 innra blað á hina hliðina.

e) Límdu keiluna á nokkrum stöðum til að halda henni saman. Styðjið hverja keilu, bendi endann niður, í bolla aðeins hærri en keilan; sett bolla á pönnu með brún.

f) Skiptu mjólkurblöndunni í bolla eða keilur. Frystið þar til kulfi er þykkt en ekki hart, 1 til 1-½ klukkustund; ýttu síðan íspinna í hvert ílát ef þú vilt. Frystið þar til það er stíft, um 2 klukkustundum lengur.

g) Til að borða skaltu afhýða pappír. Til að geyma, innsigla kulfi (ennþá í bollum eða keilum) í parge plastpoka; frysta í allt að 2 vikur.

DRYKKIR

91. Saffran Og Kanill Mocktail

Gerir: 4

HRÁEFNI:
- 12 aura af vatni
- 2 stykki af kanilstöng
- 2 stykki af fersku engifer
- 3½ aura sykur
- ½ tsk saffranþræðir
- ísmolar
- kælt vatn

LEIÐBEININGAR:
a) Blandið kanilstönginni, engiferinu og sykrinum saman við vatn í potti eða potti og sjóðið við vægan hita.
b) Bætið saffraninu út í þegar sírópið er aðeins þykkt og eldið í eina mínútu í viðbót.
c) Sigtið sírópið í könnu.
d) Bætið matskeið af hverju sírópinu í 4 glös, bætið ís í hvert glas og toppið með kældu vatni.
e) Skreytið með fráteknum saffranþráðum og njótið strax.

92. Saffran ferskja kokteill

Gerir: 4

HRÁEFNI:
- 4 aura gullsíróp eða reyrsíróp
- 1 tsk saffran þræðir
- 16 aura af ferskjusafa
- 8 aura af eplasafi
- ísmolar

LEIÐBEININGAR:
a) Sjóðið 4 aura af vatni í potti eða potti.
b) Bætið við gullna sírópinu og saffraninu og blandið þar til þetta tvennt hefur blandast vel saman.
c) Takið af hitanum og leyfið saffransírópinu að kólna.
d) Sigtið, hyljið og látið kólna í ísskápnum.
e) Blandið saman saffransírópinu, ferskjusafanum og eplasafanum.
f) Berið fram í 4 glösum sem innihalda ís og berið fram.

93. Engifer-appelsínugul runni

Gerir: 4–6

HRÁEFNI:
- 2 nafla appelsínur, skrældar og sneiddar
- 2 stykki ferskt engifer, afhýtt og gróft saxað
- klípa af saffranþráðum + aukalega til að skreyta
- 7 aura sykur
- 4 aura af eplaediki
- kælt club gos
- ísmolar

LEIÐBEININGAR:
a) Flyttu appelsínubitana í glerkrukku.
b) Bætið engiferinu, saffranþráðunum, sykri og ediki út í og blandið hráefnunum þar til þau hafa blandast vel saman.
c) Skrúfaðu lokið á og hristu krukkuna vel.
d) Sigtið blönduna með ostaklút í könnu og kælið þar til hún er köld.
e) Toppið með kældu club gosi og berið fram yfir ís.

94. Heilun Lassi

Gerir: 2 skammta

HRÁEFNI:
- ½ bolli kókos-möndlujógúrt
- ½ bolli af hreinsuðu vatni síað eða vor
- 1 Medjool döðluhreinsuð
- klípa túrmerikduft
- klípa kanilduft
- klípa kardimonuduft
- 3 saffranstimplar valfrjálst

LEIÐBEININGAR:
a) Setjið allt hráefnið í blandara og blandið í 2 mínútur þar til það er slétt.
b) Drekkið strax.

Gerir: 4

Hráefni

- 1 bolli ferskur kreistur sítrónusafi ca 3-4 sítrónur
- 1 bolli sykur stilla eftir smekk
- ¼ tsk Saffran þræðir
- 1 matskeið rósavatn
- ⅛ teskeið mulin kardimommufræ
- Klípa af salti
- 5 bollar vatn skipt: 1 bolli fyrir einfalt síróp + 4 bollar fyrir límonaði
- Ís

LEIÐBEININGAR

GERÐU EINFALT SYKURSÍRÓP

a) Setjið sykur, saffran, mulin kardimommufræ og vatn í pott við meðalháan hita. Hitið þar til sykurinn er alveg uppleystur, um það bil 3 til 5 mínútur.

b) Látið það kólna. Bætið rósavatninu út í og klípa af salti. Hellið sírópinu í mason krukku og geymið það í kæli. Best er að kæla það alveg áður en límonaði er búið til.

AÐ BÚA TIL LÍMONAÐU

c) Til að búa til fullt af límonaði skaltu fylla könnu með 4 bollum af köldu vatni og fullt af muldum ís. Bætið við sítrónusafanum og kældu saffransírópinu. Hrærið vel til að blanda saman. Berið fram kalt.

d) Til að búa til smærri, einstaklingsbundna skammta, bætið 2 matskeiðum af sítrónusafanum og saffran sykursírópinu í 1 bolla af ísvatni.

e) Smakkið til og bætið við meira sírópi eða vatni til að stilla bragðið. Njóttu!

96. Saffran gamaldags

Hráefni

- 2 oz rúgviskí
- 2 skvettur af arómatískum beiskjum
- ¼ oz af Rumi Spice Saffran Einfalt sírópi
- 1 appelsínubörkur til skrauts
- 1Luxardocherry til skrauts

LEIÐBEININGAR

a) Bætið einfalt saffransírópi, viskíi og beiskju í gamaldags glas og hrærið síðan varlega í 20 sekúndur.

b) Bætið við 1 til 2 stórum ísmolum og hrærið nokkrum sinnum í viðbót þar til drykkurinn er kaldur.

c) Snúðu appelsínuberki yfir drykkinn. Skreytið drykkinn með hýði og kirsuberjum.

97. Sumac og Saffran Refresher

Gerir: 4

Hráefni
- 15 til 20 saffranþræðir, auk nokkurra aukaþráða til að skreyta
- ½ bolli (100 g) sykur
- 3 grænir kardimommubelgir, mölaðir
- ¼ bolli (30 g) malað súmak
- 3 bollar (700 ml) kælt klúbbgos eða vatn

LEIÐBEININGAR

a) Malið saffran með 2 msk. af sykri í fínt duft með mortéli og stöpli.

b) Blandið saman 1 bolla (240 ml) vatni, sykri, kardimommum og saffranblöndu í meðalstórum potti yfir meðalháum hita og látið malla, hrærið þar til sykurinn leysist upp. Takið af hellunni og hrærið sumakinu saman við. Lokið pottinum með loki og látið standa í 30 mínútur, ekki lengur. Sigtið vökvann í gegnum fínt möskva sigti yfir meðalstóra skál og kælið áður en hann er tilbúinn til framreiðslu.

c) Til að bera fram skaltu fylla fjögur há glös með ís. Í stórri könnu skaltu hræra sírópinu með kældu klúbbsódanum eða vatni. Hellið 1 bolla (120 ml) af drykknum í hvert glas. Skreytið hvert glas með 1 eða 2 saffranþráðum. Geymið afganga í loftþéttu íláti í kæli í allt að 1 viku.

d) Sumac er ríkt af sítrónu-, epla- og vínsýru en einnig beiskt tannín. Með því að setja það í vatn leysist vatnsleysanlegu sýrurnar upp.

98. Safran Şerbeti (Saffran Cordial)

Gerir: 4

Hráefni
- 2 tsk kornsykur
- 1 klípa af saffran (15 til 20 þræðir, um 1/4 teskeið)
- 4 ¼ bollar vatn
- 1/2 tsk malað engifer
- 1 sítróna, þunnar sneiðar, auk fleiri til framreiðslu
- ⅓ bolli hunang

LEIÐBEININGAR
a) Myljið sykur og saffran með mortéli og stöpli í fínt duft. Setja til hliðar.

b) Látið suðuna koma upp 4 1/4 bolla af vatni, engifer og sítrónusneiðum í meðalstórum potti yfir hátt. Sjóðið 2 mínútur; fjarlægðu af hitanum. Hrærið í saffran blöndu; látið standa í 10 mínútur. Hrærið hunangi saman við. Lokið og kælið í 4 klst.

c) Berið fram ljúffenga kælda með sítrónusneiðum.

Gerir: 1

Hráefni
- 1 ½ oz (45 ml) blóma gin
- 6 saffran pistillar
- 1 oz (30 ml) hunang
- 1 oz (30 ml) sítrónusafi
- 1 bolli (250 ml) ísmolar
- ½ oz (15 ml) þurrt hvítt eplavermút
- 2 oz (60 ml) sítrónu freyðivatn
- 2 grænar ólífur

LEIÐBEININGAR

a) Blandið gininu og saffran saman í litla skál. Látið innrennsli í 20 mínútur. Sigtið í kokteilhristara og setjið saffransstönglana til hliðar.

b) Hitið hunangið og sítrónusafann í örbylgjuofni í 30 sekúndur í lítilli glerskál. Hrærið þar til hunangið leysist upp. Bætið við ísmola til að kæla blönduna.

c) Í kokteilhristaranum blandið saffran-gininu kröftuglega saman við hunangsblönduna, vermút og ¾ bolla (180 ml) af ísmolum.

d) Settu ísmola sem eftir eru í Boston Shaker glasi. Sigtið ginblönduna í glasið. Fylltu á með freyðivatninu.

e) Skreytið með þremur af geymdum saffran-pistlum.

f) Þræðið ólífurnar á hanastél og setjið í glasið.

100. Chia fræ og rósavatn saffran drykkur

Gerir: 6 skammta

Hráefni
- 3 matskeiðar chiafræ
- 5 matskeiðar hunang
- 1500 ml volgt vatn
- 4 matskeiðar eldað rósavatn
- 1 matskeið appelsínublómaþykkni
- Klípa saffran leyst í 3 teskeiðar af heitu vatni

LEIÐBEININGAR

a) Settu fyrst saffranþræði í bolla og helltu heitu vatni í bolla. Hyljið bollann á meðan þú undirbýr drykkinn.

b) Blandið hunangi saman við volgu vatni (ekki heitu) í krukku. Bætið chiafræjum út í og hrærið varlega. Bætið við rósavatni og appelsínublómaþykkni. Lokið krukkunni og geymið í kæli þar til saffranvatnið er tilbúið í um 2 klukkustundir.

c) Bætið saffranvatni við chiafrædrykkinn og hrærið rólega. Látið standa í kæliskáp í 6 klst til viðbótar.

d) Eftir þennan tíma hefur drykkurinn yndislega hlaupkennda áferð.

e) Njóttu!

NIÐURSTAÐA

Saffran er venjulega öruggt þegar fólk notar lítið magn í matargerð eða sem te. Það er líka stútfullt af andoxunarefnum. Áður en þú tekur saffran skaltu hins vegar hafa samband við þjónustuveituna þína til að vera viss um að það sé öruggt fyrir þig.

Örlítið af þessu ógeðslega gula, höfuga kryddi nær mjög langt og aðeins brot af grömmum af saffran geta fyllt margs konar rétti með skærum, bragðmiklum karakter.

Ingram Content Group UK Ltd.
Milton Keynes UK
UKHW020608010623
422703UK00008B/58